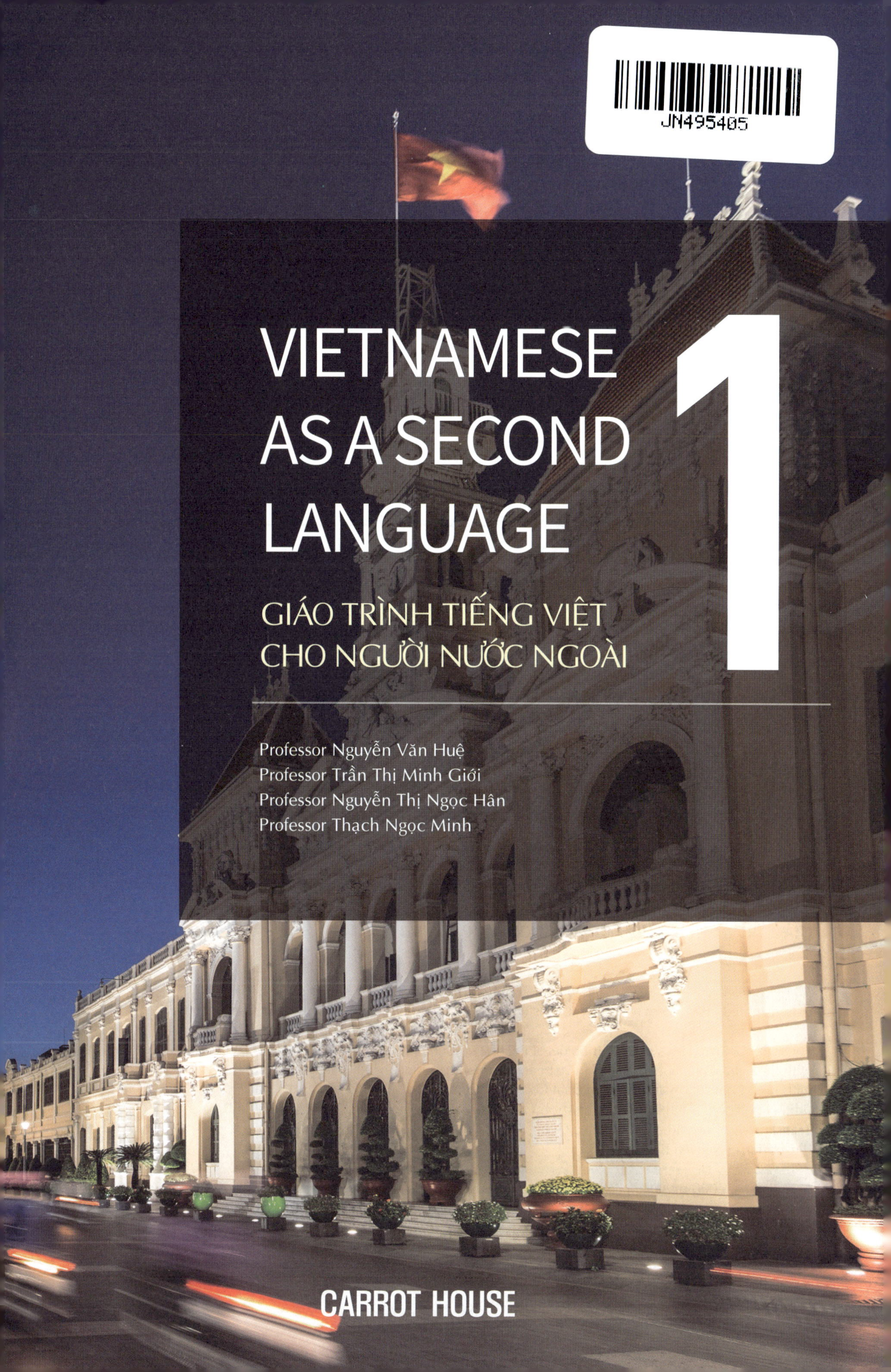

VIETNAMESE AS A SECOND LANGUAGE 1

GIÁO TRÌNH TIẾNG VIỆT CHO NGƯỜI NƯỚC NGOÀI

Professor Nguyễn Văn Huệ
Professor Trần Thị Minh Giới
Professor Nguyễn Thị Ngọc Hân
Professor Thạch Ngọc Minh

CARROT HOUSE

Vietnamese as a Second Language 1
GIÁO TRÌNH TIẾNG VIỆT CHO NGƯỜI NƯỚC NGOÀI

Editors : Nguyễn Văn Huệ, Trần Thị Minh Giới, Nguyễn Thị Ngọc Hân, Thạch Ngọc Minh
Translations : Gerry Keener, Đinh Lư Giang
Illustrations : Nguyễn Phương Hoa

First Edition © 2017 by Carrot House
ISBN 978-89-6732-254-0

Printed and distributed in Korea
9F, 488 Gangnam St., Gangnam-gu, Seoul 06210, Korea

LỜI NÓI ĐẦU

Giáo trình tiếng Việt cho người nước ngoài 1 (VSL 1) là quyển đầu tiên trong bộ sách *Giáo trình tiếng Việt cho người nước ngoài* (VSL) gồm 6 quyển do tập thể giảng viên Khoa Việt Nam học, thuộc Trường Đại học Khoa học Xã hội và Nhân văn – Đại học Quốc gia TP. Hồ Chí Minh biên soạn. Quyển giáo trình này dự kiến sẽ được dạy trong khoảng 150 tiết học.

Giáo trình tiếng Việt cho người nước ngoài 1 gồm hai phần chính với những đặc điểm sau:

PHẦN PHÁT ÂM: Trong phần này, các đơn vị ngữ âm của tiếng Việt (phụ âm, nguyên âm, thanh điệu) được sắp xếp theo một thứ tự hợp lý từ dễ đến khó, giúp người học luyện tập phát âm đúng tiếng Việt một cách dễ dàng, không gây tâm lý nhàm chán ở cả người dạy lẫn người học. Với sự giúp đỡ của giáo viên, sau 15 hay 20 tiết học của phần này, học viên sẽ nắm vững được cách phát âm tiếng Việt, đặc biệt là thanh điệu và ngữ điệu.

PHẦN BÀI HỌC: Phần này gồm có 12 bài, giới thiệu một số mẫu câu và một số điểm ngữ pháp căn bản của tiếng Việt và gần 500 từ ngữ thuộc các chủ đề thông thường trong cuộc sống mà một người mới bắt đầu học tiếng Việt cần biết như: chào hỏi, nói về quốc tịch, nghề nghiệp, địa chỉ . . . Sau mỗi năm bài học là một bài ôn tập (Bài 6 và Bài 12) nhằm giúp học viên củng cố lại những kiến thức, kỹ năng đã học. Mỗi bài học đều hướng đến mục đích là làm sao cho người học có thể nói tiếng Việt một cách thật tự nhiên.

Quyển sách này được biên soạn theo tinh thần của các phương pháp giảng dạy ngoại ngữ tiên tiến với các bài hội thoại sinh động gắn liền với thực tế cuộc sống, các bài tập đa dạng, chú trọng cả bốn kỹ năng Nghe, Nói, Đọc, Viết, các ghi chú ngữ pháp ngắn gọn, dễ hiểu. Chúng tôi hy vọng quyển giáo trình này sẽ là một công cụ hữu ích cho người học và người dạy tiếng Việt như một ngoại ngữ.

Trong quá trình biên soạn, chúng tôi đã nhận được sự giúp đỡ, góp ý rất nhiệt tình của các bạn đồng nghiệp, của các học viên của Khoa Việt Nam học – những người đã vui lòng sử dụng sách này để dạy và học tiếng Việt.

Mặc dù các tác giả đã hết sức cố gắng, nhưng chắc chắn quyển giáo trình này không tránh khỏi những thiếu sót. Chúng tôi rất mong nhận được ý kiến đóng góp của bạn đọc và của các đồng nghiệp để khi tái bản sách này được chỉnh lý tốt hơn.

Tập thể tác giả

Foreword

Vietnamese as a Second Language 1 (VSL1), a Language Program for Foreigners, is the first book in a series of six that has been compiled and edited by a group of lecturers from the Faculty of Vietnamese Studies of the University of Social Sciences and Humanities, Vietnam National University-Ho Chi Minh City. It is estimated that this book (VSL1) can be mastered in about 150 class hours.

Vietnamese as a Second Language 1 (VSL1) includes two main sections as follows:

PRONUNCIATION: In this section, each element of pronunciation in the Vietnamese language (consonants, vowels and tones) are arranged in a suitable order: from easy to difficult. This helps the learner to practice the pronunciation of Vietnamese in an easy way without causing boredom in either the teacher or learner. After studying this section for 15 or 20 hours with the help of a teacher, the student will have a firm grasp of Vietnamese pronunciation and in particular tones and intonation.

LESSON: This section includes 12 lessons and introduces a number of model sentences, a number of written Vietnamese grammar points, and about 500 words. The subject matter relates to common everyday topics that a person beginning Vietnamese language study will need to know, such as greeting, speaking about nationality, professions, addresses, etc. After every five lessons, there is one review lesson. Lessons 6 and 12 aim to help the student by reinforcing the structures and skills that he or she has learned. The goal of every lesson is to show the learner how to speak Vietnamese in a way that is completely natural.

With lively dialogues that are related to real life, pictures that illustrate the contents of each lesson, an abundance of exercises of various forms, precise and succinct notes, all prepared in the spirit of modern language teaching techniques, VSL1 is laid out in a suitable style and easy to understand. We hope that VSL1 will provide a useful tool for both the learner and the instructor.

In the process of editing and preparing this book, we have received enthusiastic help and contributions from our colleagues and students in the Faculty of Vietnamese Studies. These people have contributed more than a small part for this book to take shape.

While we exerted our best efforts, this program is certainly not free of mistakes. We very much desire to receive suggestions from readers and our colleagues in order to make this book more complete for the next time.

The Authors

Mục lục
Contents

PHẦN HAI: BÀI HỌC
(PART TWO: LESSONS)

PHỤ LỤC (APPENDIX):

Phát âm

Pronunciation

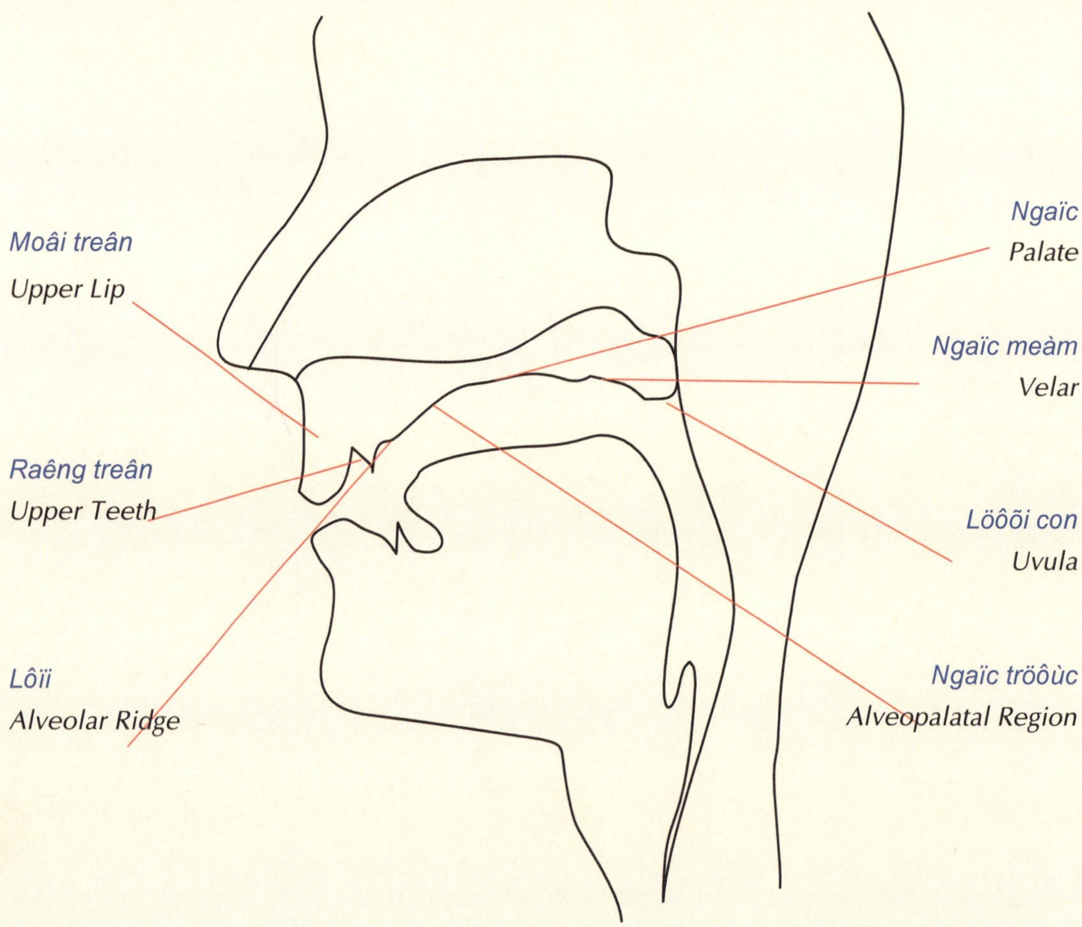

Ngữ âm và chữ viết - *Phonetics and Letters*

1. Bảng chữ cái tiếng Việt - *The Vietnamese alphabet*

A a	Ă ă	Â â	B b	C c	D d
Đ đ	E e	Ê ê	G g	H h	I i
K k	L l	M m	N n	O o	Ô ô
Ơ ơ	P p	Q q	R r	S s	T t
U u	Ư ư	V v	X x	Y y	

Theo truyền thống, tên các con chữ trong chữ Quốc ngữ được đọc là *a, bê, xê . . .*
- The letters in Quốc ngữ (the national language) are traditionally pronounced as "a" [a], "bê" [be], "xê" [se] . . .

2. Hệ thống nguyên âm trong Tiếng Việt - *The vowel system in the Vietnamese language*

Có 11 nguyên âm đơn và 3 nguyên âm đôi trong tiếng Việt. Các nguyên âm có thể trình bày trong bảng sau - *There are 11 simple vowels and 3 diphthongs in the Vietnamese language. The vowels are presented in the following chart:*

Vị trí của lưỡi *Position of the tongue* / Độ nâng của lưỡi *Elevation of the tongue*	Trước *Front*	Sau *Back*	
		Không tròn môi *Unrounded*	Tròn môi *Rounded*
Cao - *High*	i	ư	u
Trung bình thấp - *Mid low*	iê/ia/ya/yê	ươ/ưa	uô/ua
Trung bình cao - *Mid high*	ê	ơ , â	ô
Thấp - *Low*	e	a , ă	o

Lưu ý - *Notes:*

◆ Sự khác biệt giữa **ê** và **e**, **ô** và **o** là về độ nâng của lưỡi, giữa **u** và **ư** là về tính chất tròn môi và không tròn môi - *The difference between **ê** and **e**, and **ô** and **o** is based on the elevation of the tongue; that between **u** and **ư** is the lips rounded and unrounded.*

◆ Nguyên âm **/i/** được viết thành **i** hay **y**. Trong những trường hợp sau đây **/i/** thường được viết thành **y** - *The vowel **/i/** can be written as **i** or **y**. **/i/** is written as **y** in the following cases:*

- Không có phụ âm đầu và cuối - *Without initial sound and final sound.*

  Ex.: ý (kiến), ỷ (lại)

- Phân bố sau âm đệm **u/-w-/** - *Placed after the pre-tonal **u /-w-/**.*

  Ex.: thủy, quý

- Sau các phụ âm **l, m, k, t** (thường là từ Hán Việt) - *After the consonants **l, m, k, t** (usually in Sino-Vietnamese words).*

  Ex.: lý (do), mỹ (thuật), kỹ (thuật), tỷ (thí)

◆ Có ba nguyên âm đôi trong tiếng Việt là **/ie/**, **/uo/**,**/☒☒/**, mỗi nguyên âm đôi có 2 cách viết, tùy theo phía sau nó có âm cuối hay không - *There are 3 diphthongs in the Vietnamese language: **/ie/**, **/uo/**, **/☒☒/**. Each diphthong can be written in two different ways, depending on the presence or absence of a final sound.*

- Được viết thành **ia**, **ưa**, **ua**, khi không có âm cuối - *They are written as **ia**, **ưa**, **ua** when not followed by a final consonant.*

  Ex.: chưa, mua, bia

- Được viết thành **iê**, **ươ**, **uô** khi có âm cuối - *They are written as **iê**, **ươ**, **uô** when followed by a final sound.*

  Ex.: muốn, mượn, tiền

Lưu ý: chữ **i** trong nguyên âm đôi **/ie/** được viết thành **y** khi trước nó có âm đệm **u /-w-/** - Note that the letter **i** in the diphthong **/ie/** is written as **y** when it is placed after the pre-tonal **u /-w-/**.

Ex.: khuya, khuyên

3. Hệ thống phụ âm đầu - *The system of initial consonants*

Các phụ âm đầu tiếng Việt được biểu hiện bằng các con chữ sau đây. Lưu ý, một số phụ âm có hai hoặc ba cách viết - *The initial consonants of the Vietnamese language are represented by the following letters. Note that some consonants can be written in two or three different ways:*

Môi	– Labial *(lip)*	: b, ph, v, m
Răng	– Dental *(teeth)*	: th, t
Lợi	– Alveolar *(gum area behind the upper teeth)*	: đ, x, l, n
Lợi - ngạc	– Alveopalatal	: s, r, tr
Ngạc	– Palatal *(the back part of the roof of the mouth)*	: ch, nh
Ngạc mềm	– Velar *(the soft palate)*	: kh
Họng	– Glottal	: h

Lưu ý - *Notes:*

- Sự khác nhau giữa **t** và **th** là ở chỗ **t** là phụ âm không bật hơi, còn **th** là phụ âm bật hơi - *The difference between **t** and **th** is that **t** is a non-aspirated consonant, while **th** is an aspirated consonant.*

- Phụ âm đầu **/z/** được ghi bằng hai con chữ **d** và **gi**. Phụ âm này được phát âm thành **[j]** trong tiếng địa phương Nam Bộ - *The consonant **/z/** is written as **d** or **gi**. This consonant is pronounced **[j]** in the Southern dialect.*

- Phụ âm **/k/** được ghi bằng 3 con chữ - *The consonant **/k/** can be represented by three letters:*
  - **k** trước **i/y, ê, e** - ***k** when placed before **i/y, ê, e**.*
  - **q** trước âm đệm **u** - ***q** before pre-tonal **u**.*
  - **c** trong các trường hợp còn lại - ***c** in other cases.*

- Trong tiếng địa phương Nam Bộ, các âm tiết **qua**, **quy** . . . được phát âm thành **[wa]**, **[wi]** . . . - *In the Southern dialect, the syllables **qua, quy** . . . are pronounced as **[wa], [wi]** . . .*

- Trước các nguyên âm **i**, **ê**, **e**, phụ âm **/g/** được ghi bằng **gh**, phụ âm **/N/** được ghi bằng **ngh** - *The consonant **/g/** is written as **gh** and **/N/** is written as **ngh** when followed by vowels **i, ê, e**.*

4. Hệ thống phụ âm cuối - *The system of final consonants*

Các phụ âm cuối tiếng Việt được biểu hiện bằng các con chữ sau đây - *The final sounds of the Vietnamese language are represented by the following letters:*

- Phụ âm mũi	- Nasal consonants:	m, n, nh, ng
- Phụ âm tắc	- Plosive consonants:	p, t, ch, c
- Bán nguyên âm	- Semi-vowels:	u/o, i/y

Lưu ý - Notes:

- Sau các nguyên âm tròn môi **u**, **ô**, **o**, hai phụ âm cuối **ng** /N/ và **c** /k/ có cách thể hiện khá đặc biệt. Chúng được phát âm thành phụ âm môi-ngạc mềm là [^{m}] và [k^p] - *The two final consonants* ***ng*** */N/ and* ***c*** */k/ have a special variation after the rounded vowels* ***u, ô, o****. These consonants are pronounced as labio-velar consonants* ***[N^m]*** *and* ***[k^p]****.*

- Phụ âm cuối **nh** và **ch** trong tiếng địa phương Nam bộ được phát âm thành **[n]** và **[t]** kèm theo sự biến đổi ở nguyên âm - *The final consonants* ***nh*** *and* ***ch*** *in the Southern dialect are pronounced* ***[n]*** *and* ***[t]*** *with modifications in vowels.*

5. Hệ thống thanh điệu - *The tonal system*

Tiếng Việt có 6 thanh điệu. Quan hệ giữa 6 thanh được minh họa trong bảng sau - *There are 6 tones in Standard Vietnamese. The relationship between these six tones is described in the following chart:*

Đường nét *Contour* / Âm vực *Register*	Bằng *Plain*	Trắc *Uneven*	
Cao – *High*	ngang	ngã	sắc
Thấp – *Low*	huyền	hỏi	nặng

Lưu ý - *Notes:*

Trong tiếng địa phương Nam bộ, chỉ có 5 thanh. Hai thanh hỏi và ngã được phát âm giống nhau. Tuy nhiên điều này không gây trở ngại lắm trong việc giao tiếp giữa các tiếng địa phương với nhau - *In the Southern dialect, the two tones "hỏi" and "ngã" pronounced identically, but this is not a big obstacle in communication between Northern and Southern dialects.*

Luyện phát âm - *Pronunciation drills*

Đơn vị 1
Unit 1

1. Âm và chữ - Sounds and letters

1.1 Phụ âm đầu - *Initial consonants*

Letter	Description
b	voiced, bilabial, preglottalized stop
đ	voiced, apico-alveolar, preglottalized stop
m	voiced, bilabial, nasal
n	voiced, apico-alveolar, nasal

Hai phụ âm tắc **b** và **đ** trong tiếng Việt là âm tiền thanh hầu hoá, do đó không hoàn toàn giống như **b**, **d** trong tiếng Anh - *The two stops **b** and **đ** in the Vietnamese language are preglottalized consonants. Therefore, they are not similar to the **b** and **d** in the English language.*

1.2 Nguyên âm - *Vowels*

Letter	Description
i	high, front, unrounded vowel
ê	mid, front, unrounded vowel
e	low, front, unrounded vowel

◆ Sự khác biệt giữa **ê** và **e** trong tiếng Việt là sự khác nhau về độ nâng của lưỡi hay độ mở của miệng. Nói cách khác, khi phát âm **e**, miệng mở rộng hơn khi phát âm **ê** - *The difference between **ê** and **e** in the Vietnamese language is based on the elevation of the tongue or the opening of the mouth. In other words, the mouth is more open when e is pronounced than when ê is pronounced.*

◆ Nguyên âm **/i/** có thể được ghi bằng con chữ **y** sau một số phụ âm như **m**, **l**, **k** như *mỹ, lý, kỹ . . .* - *The vowel **/i/** is written as **y** when it is a final letter and after some consonants like **m**, **l**, **k**. For example: mỹ, lý, kỹ . . .*

1.3 Thanh điệu - *Tones*

Tone	Diacritic	Description
ngang	none	high, plain
huyền	`	low, plain

◆ Thanh ngang không có ký hiệu riêng cho nó - *The tone "ngang" does not have its own diacritic.*

◆ So sánh cao độ của hai thanh **"ngang"** và **"huyền"** - *Comparing the height of the two tones **"ngang"** and **"huyền"**:*

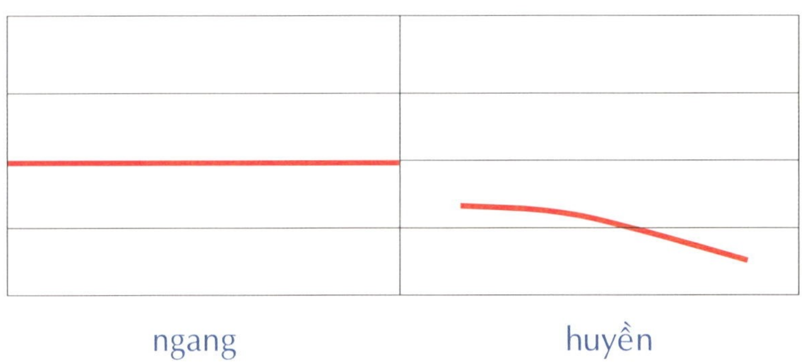

2. Nghe và lặp lại - Listen and repeat

Giáo viên đọc theo hàng ngang rồi hàng dọc. Học viên gấp sách lại, nghe và chú ý lặp lại cho đúng - *The teacher will read the following lines horizontally and vertically. Students close the book, listen, and repeat carefully and correctly*

(1)	i	bi	mi	ni	đi	
	ê	bê	mê	nê	đê	
	e	be	me	ne	đe	
(2)	bi	bì	bê	bề	be	bè
	mi	mì	mê	mề	me	mè
	ni	nì	nê	nề	ne	nè

3. Nhận diện và thay thế - Identify and substitute

3.1 Thay thanh "ngang" bằng thanh "huyền" - *Substitute the tone "ngang" with the tone "huyền"*

VD : GV: bi → HV: bì

b ____________ m ____________ n ____________ đe ____________

b ____________ m ____________ n ____________ đê ____________

b ____________ m ____________ n ____________ đi ____________

3.2 Thay thanh "huyền" bằng thanh "ngang" - *Substitute the tone "huyền" with the tone "ngang"*

VD : GV: mì → HV: mi

bè ____________ mè ____________ nè ____________ đè ____________

bề ____________ mề ____________ nề ____________ đề ____________

bì ____________ mì ____________ nì ____________ đì ____________

4. Đọc - Reading

Đọc các chữ sau đây, chú ý phát âm đúng thanh điệu - *Read the following words, and note the correct pronunciation of tones*

(1)	i	bi	mi	ni	đi	(2)	mi	mì	bi	bì
	ê	bê	mê	nê	đê		mê	mề	bê	bề
	e	be	me	ne	đe		me	mè	be	bè

5. Viết chính tả - Dictation

bè	bê	bì
mè	mê	mì
đe	đê	đi

bè

1. Âm và chữ - Sounds and letters

1.1 Phụ âm đầu - Initial consonants

Letter	Description
c/k/q	voiceless, non-aspirated, dorso-velar stop
ng/ngh	voiced, dorso-velar nasal
nh	voiced, lamino-alveolar nasal

◆ Âm **/k/** được ghi bằng chữ **k** trước các nguyên âm **i/y**, **ê**, **e** ; bằng chữ **q** trước âm đệm **u** và bằng chữ **c** trong các trường hợp còn lại - *The consonant **/k/** is written as the letter **k** before the vowels **i/y**, **ê**, **e**; as the letter **q** before the on-glide **u**; and as the letter **c** in other cases.*

Ex.: ký, quá, cá

◆ Vị trí phát âm của **nh** và **ng** - *Place of articulation of **nh** and **ng***

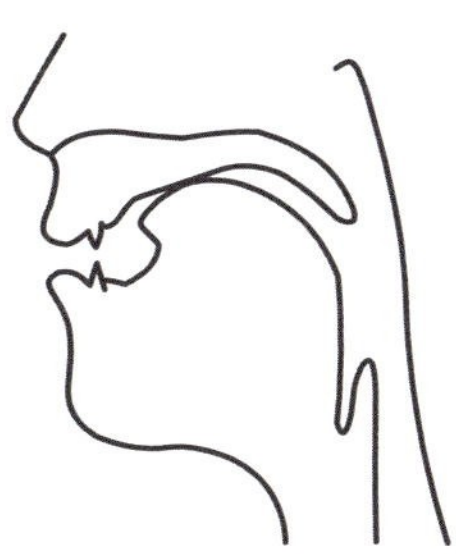

nh [ ]

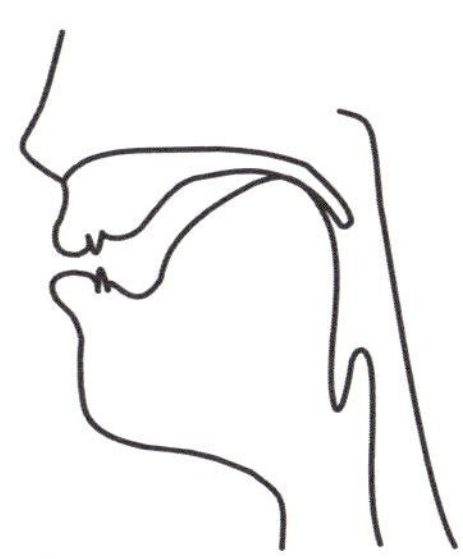

ng [ ]

◆ Phụ âm [N] được ghi bằng **ngh** trước **i/y**, **ê**, **e** - *The sound [N] is written as **ngh** before **i/y**, **ê**, **e**.*

1.2 Nguyên âm - *Vowels*

Letter	Description
u	high, back, rounded vowel
ô	mid, back, rounded vowel
o	low, back, rounded vowel

Sự khác biệt giữa **ô** và **o** là ở độ nâng của lưỡi hay độ mở của miệng: **ô** là nguyên âm hẹp hơn **o** - *The difference between **ô** and **o** is based on the elevation of tongue or the opening of the mouth. The pronunciation of **ô** is made with the mouth more closed; in contrast, the pronunciation of **o** is made with the mouth more open.*

1.3 Thanh điệu - *Tones*

Tone	Diacritic	Description
sắc	´	high-rising
nặng	.	low-falling

So sánh cao độ và đường nét của hai thanh "sắc" và "nặng" - *Comparing the height and the contour of the two tones "sắc" and "nặng".*

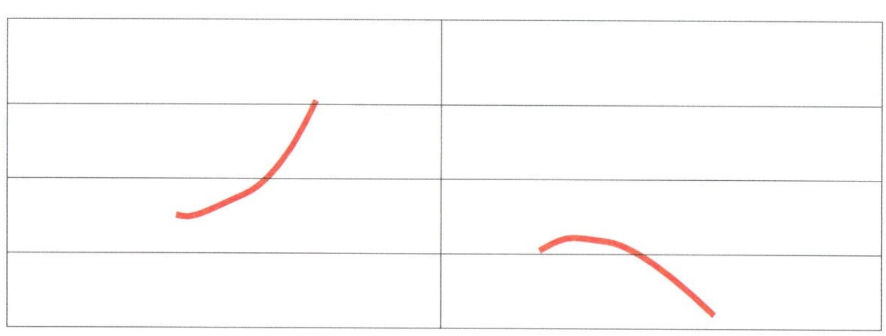

sắc nặng

2. Nghe và lặp lại - Listen and repeat

Học viên xếp sách lại, nghe và đọc theo giáo viên - *Close the book, listen, and repeat carefully and correctly*

(1)	u	cu	ngu	nhu		
	ô	cô	ngô	nhô		
	o	co	ngo	nho		
(2)	nhu	nhù	nhú	nhụ		
	nhô	nhồ	nhố	nhộ		
	nho	nhò	nhó	nhọ		
(3)	ki	kê	ke	cu	cô	co
	nhi	nhê	nhe	nhu	nhô	nho
	nghi	nghê	nghe	ngu	ngô	ngo

3. Nhận diện và thay thế - Identify and substitute

3.1 Thay thanh "ngang" bằng thanh "sắc" - *Substitute the tone "ngang" with the tone "sắc"*

VD : GV: ki → HV: kí

co ____________ ke ____________ nghe ____________

cô ____________ kê ____________ nghê ____________

cu ____________ ki ____________ nghi ____________

3.2 Thay thanh "ngang" bằng thanh "nặng" - *Substitute the tone "ngang" with the tone "nặng"*

VD : GV: nhi → HV: nhị

nhe ____________ nho ____________ ngo ____________

nhê ____________ nhô ____________ ngô ____________

nhi ____________ nhu ____________ ngu ____________

3.3 Thay thanh "nặng" bằng thanh "ngang" - *Substitute the tone "nặng" with the tone "ngang"*

VD : *GV: ngọ* → *HV: ngo*

ngụ ____________ nhụ ____________ cụ ____________

ngộ ____________ nhộ ____________ cộ ____________

ngọ ____________ nhọ ____________ cọ ____________

3.4 Thay thanh "sắc" bằng thanh "ngang" - *Substitute the tone "sắc" with the tone "ngang"*

VD : *GV:* có → *HV:* co

cú ____________ ngú ____________ nghí ____________

cố ____________ ngố ____________ nghế ____________

có ____________ ngó ____________ nghé ____________

4. Đọc - Reading

Học viên đọc các chữ sau, chú ý phát âm đúng thanh điệu - *Read the following words, and note the correct pronunciation of the tones*

(1)	cu	cù	cú	cụ
	cô	cồ	cố	cộ
	co	cò	có	cọ
(2)	nhu	nhù	nhú	nhụ
	nhô	nhồ	nhố	nhộ
	nho	nhò	nhó	nhọ
(3)	nghi	nghì	nghí	nghị
	nghê	nghề	nghế	nghệ
	nghe	nghè	nghé	nghẹ

5. Viết chính tả - Dictation

Cô Nhu đi.
Nó đi.
Mẹ đi.

1. Âm và chữ - Sounds and letters

1.1 Phụ âm đầu - *Initial consonants*

Letter	Description
h kh	voiceless, glottal fricative
g/gh	voiceless, dorso-velar fricative
	voiced, dorso-velar fricative

Trong tiếng Việt **g** là một phụ âm xát, khác với **g** trong tiếng Anh là một phụ âm tắc. Trước các nguyên âm dòng trước **i**, **ê**, **e**, phụ âm này được ghi bằng **gh** - *In the Vietnamese language, **g** is a fricative consonant, and so is different from **/g/**, a stop sound in the English language. This sound is written as **gh** when it is placed before front vowels (**i, ê, e**).*

Ex.: gà, ghi, ghê

1.2 Nguyên âm - *Vowels*

Letter	Description
ư	high, back, unrounded vowel
ơ	mid, back, unrounded vowel
a	low, back, unrounded vowel

U và **ư** có cách phát âm giống nhau về vị trí và độ nâng của lưỡi. Điểm khác biệt giữa hai âm này là **ư** không tròn môi, còn **u** là âm tròn môi - ***U** and **ư** sounds are made with the same position and elevation of the tongue but **ư** is an unrounded vowel whereas **u** is a rounded one.*

1.3 **Thanh điệu** - *Tones*

Tone	Diacritic	Description
ngã	~	high, falling-rising
hỏi	?	low, falling-rising

So sánh cao độ và đường nét của hai thanh **"hỏi"** và **"ngã"** - *Comparing the height and the contour of the two tones **"hỏi"** and **"ngã"**:*

Trong tiếng địa phương Nam bộ, hai thanh **"ngã"** và **"hỏi"** được phát âm giống nhau. Đó là một thanh xuống – lên, nhưng không cao như thanh **"sắc"** - *In the Southern dialect, the two tones **"ngã"** and **"hỏi"** are pronounced similarly. They become a falling-rising tone which is not, however, as high as the tone **"sắc"**.*

2. Nghe và lặp lại - Listen and repeat

Học viên xếp sách lại, nghe và đọc theo giáo viên - *Close the book, listen, and repeat carefully and correctly*

(1)	ư	hư	khư	gư
	ơ	hơ	khơ	gơ
	a	ha	kha	ga
(2)	i	hi	ghi	khi
	ê	hê	ghê	khê
	e	he	ghe	khe

3. Nhận diện và thay thế - Identify and substitute

3.1 Thay thanh *"ngang"* bằng thanh *"ngã"* - *Substitute the tone "ngang" with the tone "ngã"*

VD : GV: ma → HV: mã

ba ____________ ke ____________ nghe ____________

đa ____________ kê ____________ nghê ____________

ma ____________ ki ____________ nghi ____________

3.2 Thay thanh *"ngã"* bằng thanh *"ngang"* - *Substitute the tone "ngã" with the tone "nặng"*

VD : GV: mã → HV: ma

bĩ ____________ mũ ____________ nhữ ____________

bễ ____________ mỗ ____________ nhỡ ____________

bẽ ____________ mõ ____________ nhã ____________

4. Đọc - Reading

Học viên đọc các chữ sau, chú ý phát âm đúng thanh điệu - *Read the following words, and note the correct pronunciation of the tones*

ư	hư	hử	khư	khử	gư	gử
ơ	hơ	hở	khơ	khở	gơ	gở
a	ha	hả	kha	khả	ga	gả

5. Viết chính tả - Dictation

Bà Ba ở nhà đó.
Cô Nga nhớ mẹ.
Nó đi ngủ.

1. Âm và chữ - Sounds and letters

1.1 Phụ âm đầu - *Initial consonants*

Letter	Description
ph	voiceless, labio-dental fricative
v	voiced, labio-dental fricative
l	voiced, apico-dental fricative
r	voiced, apico-alveola, retroflex, oral continuant or flap

◆ **V** trong tiếng địa phương Nam bộ được phát âm như **y [j]** - *In the Southern dialect, **v** is pronounced as y **[j]**.*

◆ **R** trong tiếng địa phương Bắc bộ được phát âm như **[z]** - *In the Northern dialect, **r** is pronounced as **[z]**.*

1.2 Nguyên âm - *Vowels*

Letter	Description
ia ưa ua	The initial vowel is followed by a glide to a mid-central, unrounded vowel.

Đây là ba biến thể của ba nguyên âm đôi **/ie/**, **/uo/**, **/☒☒/**. Ba biến thể này luôn ở vị trí cuối âm tiết. Nói cách khác, không có phụ âm cuối sau ba biến thể nguyên âm đôi này. (Xin xem phần NGỮ ÂM VÀ CHỮ VIẾT) - *These are variants of the three diphthongs **/ie/, /uo/, / ☒☒/**. They are always placed at the end of the syllable. In other words, there is no consonants after these three variants. (See PHONETICS AND LETTERS)*

2. Nghe và lặp lại - Listen and repeat

Học viên xếp sách lại, nghe và lặp lại cho đúng - *Close your book, listen, and repeat after the teacher*

(1)	ia	phia	via	lia	ria
	ưa	phưa	vưa	lưa	rưa
	ua	phua	vua	lua	rua
(2)	phi	phia	vi	via	
	lư	lưa	rư	rưa	
	phu	phua	vu	vua	

3. Nhận diện và thay thế - Identify and substitute

3.1 Thay thanh "ngang" bằng thanh "nặng" - *Substitute the tone "ngang" with the tone "nặng"*

VD : GV: lia → HV: lịa rưa

rua ____________________

lưa ____________ lua ____________

vưa ____________ vua ____________

3.2 Thay thanh "hỏi" bằng thanh "nặng" - *Substitute the tone "hỏi" with the tone "nặng"*

VD : GV: lỉa → HV: lịa

lửa ____________ rửa ____________

lủa ____________ rủa ____________

phỉa ____________ vỉa ____________

4. Đọc - Reading

Học viên đọc các chữ sau, chú ý phát âm đúng thanh điệu - *Read the following words, and note the correct pronunciation of the tones*

(1)	ia	phia	phía	lia	lìa
	ưa	phưa	phứa	lưa	lừa
	ua	phua	phúa	lua	lùa

(2) Mưa to.

Nhà nó ở phía kia.

5. Viết chính tả - Dictation

Nhà nó ở phía kia.

Bà Tư đi ra chợ mua cua, cá.

1. Âm và chữ - Sounds and letters

1.1 Phụ âm đầu - Initial consonants

Letter	Description
t	voiceless, unaspirated, dental stop
th	voiceless, aspirated, dental stop
ch	voiceless, unaspirated, lamino-alveolar stop
tr	voiceless, apico-alveolar, retroflex stop

◆ **T** và **th** khác nhau ở chỗ **t** là một âm tắc không bật hơi, còn **th** là âm tắc bật hơi - *The difference between **t** and **th** is that **t** is an unaspirated dental stop sound, whereas **th** is an aspirated dental stop sound.*

◆ **Tr** là một phụ âm quặt lưỡi được biểu thị bằng cách ghép hai con chữ **"t"** và **"r"**. Học viên cần tránh phát âm âm này như **tr** trong tiếng Anh - ***Tr** is a retroflex consonant which is expressed by combining the two letters **"t"** and **"r"**. This **tr** sound is different from the **/tr/** as pronounced in the English language and effort is necessary to avoid use of the English **/tr/** sound.*

1.2 Âm đệm - Glide

Letter	Description
u/o	on-glide, high (or mid) back, rounded vowel position.

Âm đệm **/w/** trong tiếng Việt được ghi bằng **u** hay **o** tùy thuộc vào độ mở của nguyên âm theo sau (trừ trường hợp sau phụ âm **/k/** âm đệm luôn được ghi bằng **u** như "quy", "quê", "qua"...) - *In Vietnamese language, the pre-tonal **/w/** is written as **u** or **o**, depending on the opening of the vowel which follows it (except for the initial consonant **q** **/k/**, after which the pre-tonal is always written as **u**, for example: "quy", "quê", "qua").*

Ex.: thủy, hoa, qua

2. Nghe và lặp lại - Listen and repeat

(1) ia	tia	thia	chia	tria
ưa	tưa	thưa	chưa	trưa
ua	tua	thua	chua	trua
(2) o	to	tro	tho	cho
ô	tô	trô	thô	chô
u	tu	tru	thu	chu
(3) uy	tuy	thuy	chuy	
uê	tuê	thuê	chuê	
oe	toe	thoe	choe	

3. Nhận diện và thay thế - Identify and substitute

3.1 Thay thanh "sắc" bằng thanh "nặng" - *Substitute the tone "sắc" with the tone "nặng"*

VD : GV: hóa → HV: họa

quý ____________ hóa ____________

quế ____________ đóa ____________

quá ____________ ngóa ____________

3.2 Thay thanh "sắc" bằng thanh "hỏi" - *Substitute the tone "sắc" with the tone "hỏi"*

VD : GV: hóa → HV: hỏa

quá ____________ túy ____________

tóa ____________ thúy ____________

thóa ____________ húy ____________

4. Đọc - Reading

Học viên đọc các chữ sau, chú ý phát âm đúng thanh điệu - *Read the following words, and note the correct pronunciation of the tones*

(1)	toa	tòa	tỏa	tọa	
	thuy	thùy	thủy	thụy	
	truy	trùy	trủy	trụy	
(2)	hoa	hóa	hòa	hỏa	họa
	qua	quá	quà	quả	quạ
	khoa	khóa	khòa	khỏa	khọa
(3)	Cô Thúy đi nhà thờ.				
	Cô Hòa đi về quê.				

5. Viết chính tả - Dictation

Cô Hoà khỏe.

Cô Thủy đi chợ mua hoa.

1. Âm và chữ - Sounds and letters

1.1 Phụ âm đầu - *Initial consonants*

Letter	Description
x	voiceless, apico-alveolar fricative
d/gi	voiced, apico-alveolar fricative
s	voiceless, apico-alveolar, retroflex spirant

◆ Trong tiếng địa phương Bắc bộ **d** và **gi** được phát âm giống nhau, là **[z]**. Trong tiếng địa phương Nam bộ, hai con chữ này được phát âm là **[j]** - *In the Northern dialect,* ***d*** *and* ***gi*** *are pronounced similarly, as* ***[z]****. In the Southern dialect, these two letters are pronounced as* ***[j]****.*

◆ Lưu ý cách viết đặc biệt của chữ **gì** [zì] (rút gọn của **giì**). Cũng nên lưu ý vị trí của dấu nặng trong **gịa** [zịa] và **giạ** [zịa] - *Notice the writing of gì* ***[zì]*** *(shortened form of* ***giì****). Notice also the position of the tone* ***"nặng"*** *in gịa* ***[zịa]*** *and giạ* ***[zạ]****.*

◆ Trong tiếng địa phương Bắc bộ, **x** và **s** được phát âm giống nhau, còn trong tiếng địa phương Nam bộ, **s** là một âm quặt lưỡi - *In the Northern dialect,* ***x*** *and* ***s*** *are pronounced similarly, but in the Southern dialect,* ***s*** *is a retroflex sound.*

1.2 Bán nguyên âm cuối - *Final semi-consonants*

Letter	Description
i/y	high, front, unrounded semi-consonant
u/o	high, back, rounded semi-consonant

I và **y** là hai cách ghi của cùng một bán nguyên âm cuối, tùy thuộc vào độ dài của nguyên âm trước nó: trước **i** là một nguyên âm dài, còn trước **y** là một nguyên âm ngắn. Còn **u** và **o** cũng là hai cách ghi của một bán nguyên âm cuối tùy thuộc vào độ dài và độ mở của nguyên âm đứng trước - ***I*** *and* ***y*** *are two different ways of writing the same final semi-consonant. The difference depends on the length of the vowel which is placed before it. A long vowel comes before* ***i****, while a short vowel comes before* ***y****. The difference in writing* ***u*** *or* ***o*** *depends on the length and the opening of the preceeding vowel.*

2. Nghe và lặp lại - Listen and repeat

(1)	sao	sôi	sui	
	xao	xôi	xui	
	dào	dồi	dùi	
(2)	bao giờ	khi nào	tại sao	thế nào
	trời tối	đời mới	nghỉ hưu	nói gì

3. Đọc - Reading

(1) se sẻ sù sụ xù
xì xí xóa
dồi dào giàu nghèo
(2) Bao giờ nó đi?
Tại sao nó chưa về nhà?

4. Viết chính tả - Dictation

Bao giờ cô Mai tới?
Tại sao cô Mai chưa đi chợ?

1. Âm và chữ - Sounds and letters

1.1 Phụ âm đầu - *Initial consonants*

Letter	Description
â	mid, back, unrounded, short vowel
ă	low, back, unrounded, short vowel

◆ Â là nguyên âm ngắn, so với **ơ** là nguyên âm dài - ***Â** is a short vowel whereas **ơ** is a long vowel.*

◆ Ă là nguyên âm ngắn, so với **a** là nguyên âm dài - ***Ă** is a short vowel whereas **a** is a long vowel.*

◆ Hai nguyên âm **â** và **ă** luôn luôn xuất hiện trước phụ âm cuối. Nói cách khác, chúng không bao giờ ở cuối âm tiết như các nguyên âm dài khác - *These two vowels **â** and **ă** always appear before a final consonant. Conversely, they are never placed at the end of a syllable like long vowels.*

1.2 Phụ âm cuối - *Final consonants*

Letter	Description
m	voiced, bilabial nasal voiced,
n	apico-alveolar nasal voiced,
nh	lamino-alveolar nasal voiced,
ng	dorso-velar nasal

Điểm khác nhau giữa các phụ âm này là ở vị trí cấu âm của chúng (**m**: hai môi; **n**: đầu lưỡi-lợi; **nh**: mặt lưỡi-ngạc trước; **ng**: gốc lưỡi-ngạc mềm) - *The difference between these consonants is their point of articulation (**m**: bilabial, **n**: apico-alveolar; **nh**: lamino-alveolar; **ng**: dorso-velar).*

2. Nghe và lặp lại - Listen and repeat

(1)	bam	ban	banh	bang
	đam	đan	đanh	đang
	mam	man	manh	mang
(2)	căn	cân	căm	câm
	ngăn	ngân	ngăm	ngâm
	nhăn	nhân	nhăm	nhâm
(3)	hăn	hân	hăm	hâm
	khăn	khân	khăm	khâm
	găn	gân	găm	gâm

3. Nhận diện và thay thế - Identify and substitute

3.1 Thay thanh "ngang" bằng thanh "huyền" - *Substitute the tone "ngang" with the tone "huyền"*

VD : GV: ham → HV: hàm

ban ____________ đam____________ nam ____________

bang ____________ đang____________ nang ____________

băng ____________ đăng____________ năng ____________

3.2 Thay thanh "sắc" bằng thanh "hỏi" - *Substitute the tone "sắc" with the tone hỏi"*

VD : GV: bán → HV: bản

bánh ____________ cám ____________ khám ____________

bấn ____________ cánh____________ kháng____________

bấm ____________ cáng____________ khấn ____________

3.3 Thay thanh "nặng" bằng thanh "ngã" - *Substitute the tone "nặng" with the tone "ngã"*

VD : GV: vận → HV: vẫn

thậm __________ mạnh __________ sậm __________

tận __________ nhận __________ dậm __________

đậm __________ nạng __________ vận __________

4. Đọc - Reading

mạnh mẽ	nhanh nhẹn	lanh lẹ
ăn sáng	ánh sáng	tắm nắng
thành phố	hàng không	sân bay

5. Viết chính tả - Dictation

Nó không ăn sáng.

Ông đã ăn sáng chưa?

Tôi sống ở Thành phố Hồ Chí Minh.

1. Âm và chữ - Sounds and letters

1.1 Nguyên âm đôi - *Diphthongs*

Letter	Description
iê ươ uô	The initial vowel is followed by a glide to a mid-central vowel.

Ba nguyên âm đôi này luôn luôn xuất hiện trước một âm cuối. Nói cách khác, chúng không xuất hiện ở vị trí kết thúc âm tiết. Về mặt ngữ âm học, ba nguyên âm đôi này ở vào thế phân bố bổ túc với **ia**, **ưa** và **ua** (không có phụ âm cuối) *- These three diphthongs always appear before a final consonant. Conversely, they are never placed at the end of the syllable. Phonetically, these three diphthongs are in complementary distribution to* ***ia****,* ***ưa*** *and* ***ua*** *(without final consonants).*

1.2 Phụ âm cuối - *Final consonants*

Letter	Description
p t ch c	voiceless, bilabial stop voiceless, dental stop voiceless, lamino-alveolar nasal voiceless, dorso-veolar stop

Phụ âm cuối gốc lưỡi **ng/c** có cách thể hiện đặc biệt sau 3 nguyên âm tròn môi u, ô, o: phụ âm **ng** được thể hiện thành phụ âm hai tiêu điểm **[Nm]** và **[kp]** - *The dorso-veolar consonants* ***ng/c*** *take a special form when they are placed after the three rounded vowels* ***u****,* ***ô****,* ***o****:* ***ng*** *is representated as a bicentral consonant* ***[Nm]*** *and* ***[kp]****.*

2. Nghe và lặp lại - Listen and repeat

(1) tiếp	thiếp	khiếp	(2)	tát	thát	khát
tước	thước	khước		tách	thách	khách
tuôn	thuôn	khuôn		tác	thác	khác
(3) điếc	chiếc	siết	(4)	đèm đẹp		thiêm thiếp
đước	chước	sướt		man mát		chân chất
đuốc	chuốc	suốt		sành sạch		khanh khách

3. Đọc - Reading

Chú ý phát âm đúng ngữ điệu - *Note the correct intonation*

Nhà này sạch, mát.
Ông thích nghe nhạc không?
Anh học tiếng Việt, phải không?
Anh thích học tiếng Việt không?

4. Viết chính tả - Dictation

Tôi thích học tiếng Việt.

Anh thích đọc sách không?

Ông có mệt lắm không?

Bài tập phát âm về sự kết hợp các thanh và ngữ điệu

Pronunciation drills on the integration of tones and intonation

A. Sự kết hợp các thanh - *Integration of tones*

Cần lưu ý khi các thanh điệu kết hợp với nhau, đường nét của chúng có thể bị thay đổi ít nhiều, nhưng đặc trưng cơ bản về âm vực của chúng vẫn được duy trì - *Note that when the tones combine with each other, the contour of each tone can be more or less changed but the basic pitch (high or low) is still maintained.*

1. Biểu đồ 6 thanh trong tiếng Việt - Diagram of the six tones in Vietnamese

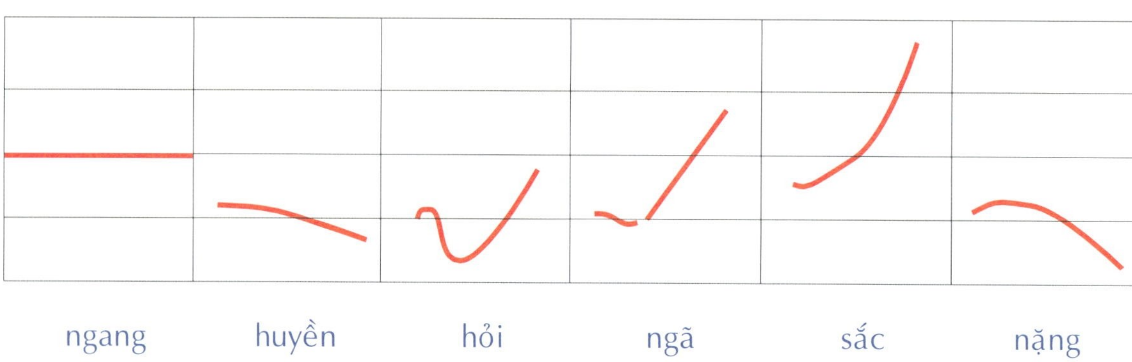

2. Sự kết hợp giữa hai thanh - Integration of two tones

2.1 Sự kết hợp giữa hai thanh ngang

Integration of words of the same tone "ngang"

thanh niên	hôm nay	luôn luôn
trung tâm	năm qua	nông thôn

2.2 Sự kết hợp giữa thanh ngang và thanh huyền

Integration of the two tones "ngang" and "huyền"

bây giờ	gia đình	sông ngòi
đi làm	chương trình	nhu cầu

2.3 Sự kết hợp giữa thanh ngang và thanh hỏi

Integration of the two tones "ngang" and "hỏi"

không phải	chi trả	cây cỏ
đơn giản	cơ sở	nho nhỏ

2.4 Sự kết hợp giữa thanh ngang và thanh ngã

Integration of the two tones "ngang" and "ngã"

khiêu vũ	xin lỗi	nuôi dưỡng
vô nghĩa	trang nhã	kiên nhẫn

2.5 Sự kết hợp giữa thanh ngang và thanh sắc

Integration of the two tones "ngang" and "sắc"

văn hoá	không khí	biên giới
y tá	tin tức	cao cấp

2.6 Sự kết hợp giữa thanh ngang và thanh nặng

Integration of the two tones "ngang" and "nặng"

du lịch	siêu thị	tham dự
doanh nghiệp	quan hệ	bưu điện

2.7 Sự kết hợp giữa thanh huyền và thanh ngang

Integration of the two tones "huyền" and "ngang"

thời gian	hành tinh	người Anh
thường xuyên	thành công	nhà văn

2.8 Sự kết hợp giữa hai thanh huyền

Integration of words of the same tone "huyền"

hàng nghìn	tình hình	đồng hồ
hoàn thành	truyền hình	nhà hàng

2.9 Sự kết hợp giữa thanh huyền và thanh hỏi
Integration of the two tones "huyền" and "hỏi"

đầy đủ	tài khoản	bình thản
điều chỉnh	hình ảnh	đèn đỏ

2.10 Sự kết hợp giữa thanh huyền và thanh ngã
Integration of the two tones "huyền" and "ngã"

bình tĩnh	trình diễn	đồng nghĩa
liều lĩnh	người Mỹ	còn nữa

2.11 Sự kết hợp giữa thanh huyền và thanh sắc
Integration of the two tones "huyền" and "sắc"

thành phố	hành chính	trà đá
tài chính	hình thức	bài báo

2.12 Sự kết hợp giữa thanh huyền và thanh nặng
Integration of the two tones "huyền" and "nặng"

thành thật	hàng triệu	lành mạnh
trường hợp	trường học	đề nghị

2.13 Sự kết hợp giữa thanh hỏi và thanh ngang
Integration of the two tones "hỏi" and "ngang"

bản tin	ủy ban	thủ công
bổ sung	rủi ro	khả năng

2.14 Sự kết hợp giữa thanh hỏi và thanh huyền
Integration of the two tones "hỏi" and "huyền"

phở bò	chả giò	bảo tàng
nghỉ hè	chủ nhà	buổi chiều

2.15 Sự kết hợp giữa hai thanh hỏi
Integration of words of the same tone "hỏi"

thỉnh thoảng	chuyển đổi	uyển chuyển
thủ trưởng	bảo đảm	hủy bỏ

2.16 Sự kết hợp giữa thanh hỏi và thanh ngã
Integration of the two tones "hỏi" and "ngã"

sửa chữa	cảm nghĩ	thủ lĩnh
nghỉ lễ	hoả tiễn	triển lãm

2.17 Sự kết hợp giữa thanh hỏi và thanh sắc
Integration of the two tones "hỏi" and "sắc"

buổi sáng quảng cáo cảnh sát phở
tái quyển sách tiểu thuyết

2.18 Sự kết hợp giữa thanh hỏi và thanh nặng

Integration of the two tones "hỏi" and "nặng"

buổi học	chủ nhật	chuẩn bị
bảo vệ	thể dục	tưởng tượng

2.19 Sự kết hợp giữa thanh ngã và thanh ngang

Integration of the two tones "ngã" and "ngang"

nữ sinh	ngã ba	sĩ quan
ngã tư	hãng phim	diễn văn

2.20 Sự kết hợp giữa thanh ngã và thanh huyền

Integration of the two tones "ngã" and "huyền"

dễ dàng	khẽ khàng	lữ hành
giữ gìn	sẵn sàng	rõ ràng

2.21 Sự kết hợp giữa thanh ngã và thanh hỏi

Integration of the two tones "ngã" and "hỏi"

chỗ ở	mỹ phẩm	dũng cảm
ngã bảy	bãi biển	bãi bỏ

2.22 Sự kết hợp của hai thanh ngã

Integration of words of the same tone "ngã"

mãi mãi	bỡ ngỡ	mỹ mãn
kỹ lưỡng	miễn cưỡng	chữ nghĩa

2.23 Sự kết hợp giữa thanh ngã và thanh sắc

Integration of the two tones "ngã" and "sắc"

miễn phí	lễ phép	chữ viết
ngữ pháp	miễn thuế	chữ số

2.24 Sự kết hợp giữa thanh ngã và thanh nặng

Integration of the two tones "ngã" and "nặng"

kỹ thuật	lãnh đạo	vũ trụ
kỹ nghệ	lĩnh vực	mỹ thuật

2.25 Sự kết hợp giữa thanh sắc và thanh ngang

Integration of the two tones "sắc" and "ngang"

chuyến bay	giấc mơ	khó khăn
chứng minh	tiếp viên	trái tim

2.26 Sự kết hợp giữa thanh sắc và thanh huyền

Integration of the two tones "sắc" and "huyền"

nước ngoài	áo dài	vấn đề
tốc hành	bắt đầu	bánh xèo

2.27 Sự kết hợp giữa thanh sắc và thanh hỏi
Integration of the two tones "sắc" and "hỏi"

có thể	chính phủ	xuất khẩu
kết quả	xuất cảnh	tác giả

2.28 Sự kết hợp giữa thanh sắc và thanh ngã
Integration of the two tones "sắc" and "ngã"

bác sĩ	hấp dẫn	thiếu nữ
tiến sĩ	phá vỡ	Bắc Mỹ

2.29 Sự kết hợp giữa hai thanh sắc
Integration of words of the same tone "sắc"

chú ý	thế giới	cấp cứu
chắc chắn	ý thức	khám phá

2.30 Sự kết hợp giữa thanh sắc và thanh nặng
Integration of the two tones "sắc" and "nặng"

xí nghiệp	thức dậy	xuất hiện
sáng tạo	khách sạn	kết luận

2.31 Sự kết hợp giữa thanh nặng với thanh ngang
Integration of the two tones "nặng" and "ngang"

chị em	thập niên	cạnh tranh
tự do	động viên	bệnh nhân

2.32 Sự kết hợp giữa thanh nặng và thanh huyền
Integration of the two tones "nặng" and "huyền"

vợ chồng	dịu dàng	thực hành
thị trường	hoạt hình	rượu chè

2.33 Sự kết hợp giữa thanh nặng và thanh hỏi
Integration of the two tones "nặng" and "hỏi"

học giỏi	nhập cảnh	hiệu quả
Nhật Bản	nhập khẩu	lịch sử

2.34 Sự kết hợp giữa thanh nặng và thanh ngã
Integration of the two tones "nặng" and "ngã"

phụ nữ	gặp gỡ	lạnh lẽo
mạnh mẽ	ngoại ngữ	nghệ sĩ

2.35 Sự kết hợp giữa thanh nặng và thanh sắc
Integration of the two tones "nặng" and "sắc"

hộ chiếu tạp chí lợi ích thực
tế thị trấn hệ thống

2.36 Sự kết hợp giữa hai thanh nặng
Integration of words of the same tone "nặng"

lịch sự bệnh viện đại học
dịch vụ hoạt động luyện tập

3. Sự kết hợp giữa ba thanh giống nhau - Integration of three words of the same tone

3.1 Ba thanh ngang – *Three "ngang" tones*

đi sân bay hai thanh niên đi công viên anh
em tôi đi tham quan hai cha con

3.2 Ba thanh huyền – *Three "huyền" tones*

đồng hồ này nhà hàng này đài truyền hình đầu
tuần này tình hình này hàng nghìn người

3.3 Ba thanh hỏi – *Three "hỏi" tones* bảo
đảm cả hỏi thủ trưởng chuyển
đổi cả thỉnh thoảng hỏi

3.4 Ba thanh sắc – *Three "sắc" tones*

rất cố gắng uống nước đá ý kiến đó có
ý kiến chắc chắn chứ giá đắt quá

3.5 Ba thanh nặng – *Three "nặng" tones*

một bệnh viện đại học luật thật lịch sự
được độc lập nghệ thuật họa hoạt động mạnh

B. Ngữ điệu - *Intonation*

Trong tiếng Việt, câu kể và câu hỏi không có ngữ điệu kết thúc riêng. Điểm khác biệt giữa hai loại câu này là thanh điệu của các từ trong câu hỏi có âm vực cao hơn thanh điệu của các từ trong câu tường thuật - *In Vietnamese, declaratives and interrogatives do not have specific final intonation as in English. The difference between the two types of Vietnamese sentences is that the register of tones in the entire sentence of an interrogative is higher than that of a declarative.*

1. Câu tận cùng bằng từ có thanh ngang
   Sentences ending with "ngang" tonal word
   a. Cô ăn cơm chưa?
   b. Anh Nam chưa đi ăn cơm.

2. Câu tận cùng bằng từ có thanh huyền
   Sentences ending with "huyền" tonal word a.
   Bà là người nước nào?
   b. Nhiều người thích nhà hàng này.

3. Câu tận cùng bằng từ có thanh hỏi hay thanh ngã
   Sentences ending with "hỏi" or "ngã" tonal word
   a. Tôi sẽ hỏi rõ.
   b. Xin lỗi, tôi chưa hiểu rõ.

4. Câu tận cùng bằng thanh sắc
   Sentences ending with "sắc" tonal word
   a. Nó rất cố gắng.
   b. Nó rất thích nước đá.

5. Câu tận cùng bằng thanh nặng
   Sentences ending with "nặng" tonal word
   a. Chị ấy dạy ở Đại học Luật.
   b. Chị tôi thích nghe nhạc nhẹ.

Bài học

Lessons

Xin lỗi, anh tên là gì?

Excuse me, what is your name?

- **Cách chào hỏi** - *Ways of greetings*
- **Hệ từ** - *Copula:* **là**
- **Từ nghi vấn** - *Interrogative word:* **gì**
- **Đại từ nhân xưng** - *Personal pronouns:* **ông, bà, anh, chị . . .**
- **Kết cấu nghi vấn** - *Interrogative construction:* **có . . . không**

1. Hội thoại - Dialogues

1.1 Bình và ông James Baker gặp nhau lần đầu ở một buổi tiếp tân - *Bình and Mr. James Baker meet each other for the first time at a reception*

Bình Chào anh.

J. Baker Chào anh. Xin lỗi, anh tên là gì?

Bình Tôi tên là Bình. Rất vui được gặp anh.

J. Baker Tôi tên là James. Rất vui được gặp anh.

1.2 Việt và Lan đã biết nhau - *Việt and Lan are acquainted*

Việt Chào cô Lan. Cô có khoẻ không?

Lan Chào anh Việt. Tôi khoẻ. Còn anh?

Việt Cám ơn cô. Tôi cũng khoẻ.

Lan Chào anh. Hẹn gặp lại.

Việt Chào cô. Hẹn gặp lại.

1.3 Trong lớp học - *In a class*

Sinh viên Chào cô.

Cô giáo Chào các bạn.
Các bạn khoẻ không?

Sinh viên Dạ, khoẻ. Cám ơn cô. Còn cô?

Cô giáo Cám ơn. Tôi cũng khoẻ.

2. Thực hành nói - Oral Practice

2.1 Thay thế - *Substitution*

A Chào — ông. / bà / anh / chị

B Rất vui được gặp — ông. / bà / anh / chị

C Ông / Bà / Anh / Chị — có khoẻ không?

D Còn — anh? / chị / cô / các bạn

2.2 Từng đôi học viên hoàn thành hội thoại sau - *In pairs, complete the following dialogue*

A Chào ____________ . ____________ ____________ khoẻ không?

B Cám ơn ____________ . Tôi ____________ . Còn ____________ ?

A Cám ơn ____________ . Tôi cũng ____________ .

B Chào ____________ . Hẹn gặp lại.

A Chào ____________ . Hẹn gặp lại.

3. Thực hành nghe - Listening Comprehension

Nghe đoạn hội thoại dưới đây giữa một người phụ nữ và một người đàn ông, chú ý tên của họ, sau đó chọn câu trả lời đúng - *Listen to the dialogue between a lady and a gentleman. Note their names then choose the correct answers*

1. Người phụ nữ tên là gì? - *What is the lady's name?*
   a. Nam b. Kim
2. Người đàn ông tên là gì? - *What is the gentleman's name?*
   a. Nam b. Kim

4. Thực hành viết - Written Practice

4.1 Chọn từ thích hợp điền vào chỗ trống - *Fill in the blanks with the appropriate words*

khoẻ, tên, gì, là

1. Anh Nam khoẻ. Cô Mai cũng ______________ .
2. Ông Lâm khoẻ. Cô Hà không ______________ .
3. Tôi tên là Bình. Anh tên là ______________ ?
4. Tôi ____________ là Mai. Ông ____________ ____________ ____________ ?

4.2 Xem các bức tranh dưới đây, dùng đại từ nhân xưng *(anh, chị, ông, bà, cô)* thích hợp điền vào chỗ trống trong các đoạn hội thoại dưới đây - *Look at the pictures, and fill in the blanks with appropriate personal pronouns*

1

2

3

4.3 Chọn câu thích hợp điền vào chỗ trống - *Choose appropriate sentences from the right to fill in the blanks on the left*

a. Xin lỗi. ______________________.( )

b. Chào cô Mai. Cô có khoẻ không? (3)

c. Tôi tên là Lan. ______________________.( )

d. Tôi cũng khoẻ. ______________________.( )

1. Bà tên là gì?
2. Cám ơn anh.
3. ~~Cô có khoẻ không?~~
4. Rất vui được gặp ông.

4.4 Viết lại cho đúng trật tự các từ trong câu - *Rearrange the following words to form correct sentences*

1. Peter / là / tôi / tên .

____

2. có / bà / không / khoẻ ?

____

3. John / anh / khoẻ / cũng .

____

4. tôi / khoẻ / không .

____

5. gặp / rất vui / được / ông .

____

4.5 Dùng kết cấu ". . . có . . . không" để chuyển đổi các câu dưới đây sang câu hỏi - *Transform the following sentences into questions by using the construction ". . . có . . . không"*

1. Anh Bình khoẻ. --> Anh Bình có khoẻ không?
2. Cô Mai khoẻ. ➡ ______________________
3. Ông Năm khoẻ. ➡ ______________________
4. Chị Thúy khoẻ. ➡ ______________________

4.6 Trả lời các câu hỏi sau - *Answer the following questions*

1. Anh/Chị tên là gì?

____

2. Anh/Chị có khoẻ không?

____

4.7 Viết chính tả - *Dictation*

Chào anh. Tôi tên là Bình.
Xin lỗi, anh tên là gì?
Anh có khoẻ không?
Chào anh. Hẹn gặp lại.

5. Ghi chú - Notes

1. là

(a) Tôi tên là Nam - *Speaking of me, my name is Nam.*
(b) Tôi tên Nam - *My name is Nam.*

Hệ từ "là" nối danh từ/đại từ (làm vị ngữ) với chủ ngữ của câu, VD (a). Đôi khi có thể lược bỏ hệ từ "là", VD (b).
The copula "là" is used to link the subject of the sentence to the noun/pronoun (as a predicate), Ex. (a). Sometimes the copula can be omitted, Ex. (b).

2. gì

(a) Anh tên là gì? - Tôi tên là Nam.
What is your name? - *My name is Nam.*
(b) Cô tên là gì? - Tôi tên là Jane.
What is your name? - *My name is Jane.*

Từ nghi vấn "gì" đặt sau động từ hay hệ từ "là".
The word "gì" is a question word which is placed after the verb or the copula "là".

3. Đại từ nhân xưng ngôi thứ hai số ít - *Second person singular personal pronouns*

ông	old man, sir
bà	old woman, lady
anh	young man, same age or older
chị	young lady, same age or older
cô	miss, female teacher
thầy	male teacher
em	child, young people

Đại từ nhân xưng ngôi thứ hai số ít được xác định bởi giới tính, tuổi tác của người đối thoại và quan hệ giữa người đối thoại với người nói. Các từ này vốn là danh từ, chỉ quan hệ gia đình, nghề nghiệp.
The use of these pronouns depends on the sex and age of the speaker relative to the age of the listener, and on the relationship between speaker and listener. These words were originally nouns indicating family or professional relationships.

4. có . . . không

(a) Anh có khỏe không? - Cám ơn, tôi khỏe.

(Lit. Are you fine?)

How are you? - *Thanks, I'm fine.*

(b) Chị khỏe không? - Không, tôi không khỏe.

(Lit. Are you fine?)

How are you? - *I am not fine.*

Đây là kết cấu nghi vấn dùng để tạo câu hỏi "có . . . không", VD (a). Yếu tố "có" có thể được tỉnh lược, VD (b).

The construction "có . . . không" is used to form Yes/No questions, Ex. (a). "Có" can be omitted, Ex. (b).

Bài 2 Cô là người nước nào?

Where are you from?

- **Cách nói về quốc tịch** - *Ways to talk about nationality*
- **Cách nói lễ phép** - *Polite speech:* **dạ**
- **Câu nghi vấn** - *Interrogative form:* **phải không**
- **Đại từ nhân xưng** - *Personal pronouns:* **anh ấy, cô ấy, các anh ấy . . .**
- **Liên từ** - Conjunction: **còn**
- **Đại từ chỉ định** - *Demonstrative pronouns:* **đây, đó, kia**

1. Hội thoại - Dialogues

1.1 Tom và Mary gặp nhau lần đầu - *Tom and Mary meet for the first time*

Tom Chào cô.

Mary Chào anh. Xin lỗi, anh tên là Henry, phải không?

Tom Dạ, không phải. Tôi không phải là Henry. Tôi tên Tom, Tom Scott. Còn cô, cô tên là gì?

Mary Tôi tên là Mary. Anh là người Mỹ, phải không?

Tom Vâng, tôi là người Mỹ.

1.2 Nam gặp Yoko và Tom lần đầu - *Nam meets Yoko and Tom for the first time*

Yoko Chào anh.

Nam Chào cô. Xin lỗi, cô là người nước nào?

Yoko Tôi là người Nhật. Tên tôi là Yoko Ono. Còn anh, anh tên là gì?

Nam Tôi tên là Nam. Xin lỗi, còn đây là ai?

Yoko Đây là anh Tom. Anh ấy là người Anh.

Nam Chào anh Tom. Rất vui được gặp anh.

Tom Chào anh. Rất vui được gặp anh.

2. Thực hành nói - Oral Practice

2.1 Thay thế - *Substitution*

A

Cô Anh Chị Ông Bà	là người nước nào?

B

Tôi là người	Pháp. Mỹ Úc Đức Nhật

C

Tôi không phải là người	Nhật. Đức Việt

D

Đây Đó Kia	là anh Tom.

E

Anh Chị Ông Bà Cô	là người	Hàn Quốc, Mỹ Pháp Nhật Trung Quốc	phải không?

2.2 Nhìn vào hình, hoàn thành các đoạn hội thoại sau - *Look at the pictures and complete the following dialogues*

Francis / Mỹ

A Xin lỗi, anh ________ là gì?

B Tôi tên là ________.

A Anh là người ________ ________?

B Tôi là người ________.

Li / Trung Quốc

A Xin lỗi, ________ ________ là gì?

B Tôi tên ________ ________.

A ________ là người ________ ________?

B Tôi là ________ ________ ________.

Young Nam / Hàn Quốc

A Xin lỗi, ________ ________ ________ ________?

B Tôi tên ________ ________.

A ________ là ________ nước ________?

B Tôi ________ ________ ________ ________.

Lan / Việt

A Xin lỗi, ________ ________ người Nhật, phải không?

B Dạ, không phải. Tôi là ________ ________.

A ________ tên ________ ________?

B Tôi ________ ________ ________.

2.3 Học viên thực tập hỏi nhau về tên, quốc tịch - *Students practice asking each other about their names and nationalities (tên gì, người nước nào)*

3. Từ vựng - Vocabulary

3.1 Chọn từ thích hợp điền vào chỗ trống - *Fill in the blanks with the appropriate words*

người Việt, không phải, người, tên

Chào các bạn. Tôi (1) __________ là Nam. Tôi là (2) __________ .

Còn đây là Yoko. Cô ấy là (3) __________ Nhật. Cô ấy (4) __________ là người Việt.

3.2 Chọn một trong các từ cho sẵn dưới đây, sau đó viết lại - *Choose one of the words in brackets, then rewrite the sentences*

1. Anh Nam không phải là người Hàn Quốc. (Anh ấy/Ông ấy) là người Việt.

   ____

2. Bà Park không phải là người Nhật. (Cô ấy/Bà ấy) là người Hàn Quốc.

   ____

3. Tom và John không phải là người Anh. (Anh ấy/Các anh ấy) là người Mỹ.

   ____

4. Chị Judy không phải là người Pháp. (Chị ấy/Cô ấy) là người Úc.

   ____

3.3 Viết thêm các từ cùng loại - Add words of the same category to these lists

Người Việt, __________ , __________ , __________ , __________

Anh, chị, __________ , __________ , __________ , __________

Ông ấy, __________ , __________ , __________ , __________

4. Thực hành nghe - Listening Comprehension

4.1 Nghe đoạn hội thoại dưới đây giữa ba người. Chú ý tên và quốc tịch của họ, sau đó chọn câu trả lời đúng - *Listen to the following dialogue between three people. Note their names and nationalities, then choose the correct answers*

1. Mariko là người nước nào?
   a. Người Nhật   b. Người Pháp
2. Mike là người nước nào?
   a. Mỹ   b. Anh

4 Nghe cuộc nói chuyện giữa John và Kim, sau đó chọn câu trả lời đúng - *Listen to the dialogue between John and Kim, then choose the correct answers*

1. Anh John là người nước nào?
   a. Anh   b. Úc
2. Kim là người nước nào?
   a. Nhật   b. Hàn Quốc

5. Thực hành viết - Written Practice

5.1 Chuyển các câu sau đây sang câu hỏi - *Transform the following sentences into questions (using ". . . phải không?")*

VD: Anh Nam là người Việt.
→ Anh Nam là người Việt, phải không?

1. Cô ấy tên là Chi.

   ____?

2. Các anh ấy khoẻ.

   ____?

3. Đây là anh Thomas.

   ____?

4. Các cô ấy là người Úc.

____?

5. Bà Mai là người Trung Quốc.

____?

5.2 Hoàn thành các câu sau đây - *Complete the following sentences*

1. Cô Mai không phải là người Nhật. Cô ấy là __________ Việt.
2. Anh John không phải là người Mỹ. Anh ấy __________________ Úc.
3. Chị Marie là người Pháp. Chị ấy không phải ____________________.
4. Anh Nam là người Việt. Anh ấy không ________________________.
5. Akiko là người Nhật. Chị ấy _________________________________.

5.3 Chọn câu thích hợp điền vào chỗ trống - *Choose the appropriate sentences from the boxes to fill in the blanks*

VD: Đây là Yoko.
→ Cô ấy là người Nhật. (2)

A

a. Đây là cô Chi. ____________________ ( )

b. Tôi tên là Marie. __________________ ( )

c. Anh ấy không phải là người Nhật.

______________________________ ( )

d. ____________________________ ( ) Anh Tony cũng là người Mỹ.

1. Anh ấy là người Hàn Quốc.
2. ~~Cô ấy là người Nhật.~~
3. Cô Jane là người Mỹ.
4. Tôi là người Pháp.
5. Cô ấy là người Việt.

B

1. Chị là người nước nào?
2. Đó là anh Bình, phải không?
3. Chị là người Việt, phải không?
4. Anh Tom là người nước nào?
5. Đây là ai?

a. - ____________________________ ( )
- Vâng, tôi là người Việt.

b. - ____________________________ ( )
- Đây là cô Susan, người Mỹ.

c. - ____________________________ ( )
- Anh ấy là người Úc.

d. - ____________________________ ( )
- Tôi là người Anh.

e. - ____________________________ ( )
- Không, đó không phải là anh Bình.

5.4 **Viết lại cho đúng trật tự các từ trong câu** - *Rearrange the following words to form correct sentences*

1. phải không / người Đức / là / anh ?

____

2. người nước nào / là / bà / xin lỗi ?

____

3. gì / là / tên / anh ?

____

4. tôi / Hàn Quốc / người / là .

____

5. bà ấy / Nhật / người / không phải / là .

____

5.5 **Chuyển các câu sau đây thành câu phủ định dùng cấu trúc "... không phải ..."** - *Transform the following sentences into negatives by using the structure "... không phải ..."*

VD: Chị Marie là người Anh.
→ Chị Marie không phải là người Anh.

1. Chị Yoko là người Mỹ. ➡ ______________________________
2. Anh Peter là người Pháp. ➡ ______________________________
3. Tên tôi là John. ➡ ______________________________
4. Tên bà ấy là Loan. ➡ ______________________________

5.6 Dùng từ "còn" để viết lại các câu dưới đây - *Rewrite the following sentences using "còn"*

VD: Anh Nam là người Việt. Anh Peter là người Mỹ.
→ Anh Nam là người Việt, còn anh Peter là người Mỹ.

1. Đây là bà Li, người Trung Quốc. Đây là cô Yoshiko, người Nhật.

   ____

2. Đây là anh John, người Mỹ. Kia là anh Kim, người Hàn Quốc.

   ____

3. Tôi là người Hàn Quốc. Chị là người nước nào?

   ____

4. Cô Mai khoẻ. Cô Hanako không khoẻ.

   ____

5.7 Viết chính tả - *Dictation*

Đây là anh John, còn kia là anh Tom. Anh John là người Úc. Anh Tom không phải là người Úc. Anh ấy là người Mỹ.

6. Ghi chú - Notes

1. dạ

(a) Anh là người Việt, phải không? - Dạ, phải.
You are Vietnamese, aren't you? - Yes, I am.

(b) Chị là người Nhật, phải không? - Dạ, không phải.
You are Japanese, aren't you? - No, I am not.

"Dạ" là từ dùng ở đầu câu, biểu thị ý lễ phép.
The word "dạ" is used at the beginning of a sentence to express politeness.

2. phải không

Question	Anh là người Mỹ, phải không? *You are American, aren't you?*	"Phải không" được đặt ở cuối câu để tạo câu hỏi đuôi. *The phrase "phải không" is used at the end of a sentence to form a tag question.*
Statement	Phải/Vâng. Tôi là người Mỹ. *Right/Yes, I am American.*	
Negative	Không/Không phải. Tôi không phải là người Mỹ. Tôi là người Anh. *No, I am not American. I am English.*	
Short answer	- Dạ, phải/Dạ, vâng. *Yes, right/Yes, I am.* - Dạ, không phải. *No, I am not.*	

3. Đại từ nhân xưng ngôi thứ ba số ít - *Personal pronouns: third person, singular*

Đại từ nhân xưng ngôi thứ hai *Second person singular personal pronouns*	Đại từ nhân xưng ngôi thứ ba *Third person singular personal pronouns*	Đại từ nhân xưng ngôi thứ ba số ít được thành lập bằng cách ghép tính từ chỉ định "ấy" vào sau đại từ nhân xưng ngôi thứ hai. *The third person singular personal pronouns are formed by adding the demonstrative "ấy" after the second person singular pronouns.*
ông bà anh chị cô	ông ấy bà ấy anh ấy chị ấy cô ấy	

4. Đại từ nhân xưng ngôi thứ hai và ngôi thứ ba số nhiều - *Personal pronouns: Second and third person, plural*

Lượng từ *Quantifier*	Đại từ nhân xưng *Personal pronouns*
các	ông bà anh chị ông ấy bà ấy anh ấy

Đại từ nhân xưng ngôi thứ hai và ngôi thứ ba số nhiều được thành lập bằng cách ghép lượng từ "các" trước đại từ nhân xưng ngôi thứ hai và ngôi thứ ba số ít.
Personal pronouns of the second and third person plural can be made by adding the quantifier "các" before personal pronouns of the second and third person singular.

5. còn

(a) Tôi là người Việt. Còn anh?
I am Vietnamese. And you?

(b) Cô Jane là người Mỹ, còn cô Marie là người Pháp.
Miss Jane is American, and Miss Marie is French.

"Còn" là liên từ, biểu thị điều sắp nêu ra là một trường hợp khác với điều vừa được nói, VD (a), (b).
The word "còn" is a conjunction which implies a difference from what has just been said, Ex. (a), (b).

6. đây, đó, kia

(a) Đây là anh Tom, người Mỹ. Còn kia là chị Marie, người Pháp.
This is Tom, an American. And that is Marie, a French person.

(b) Đây là cái gì? - Đó là cái ghế.
What is this? - That is a chair.

Đại từ chỉ định "đây" chỉ sự vật gần người nói và người nghe; "đó/đấy" chỉ sự vật xa người nói nhưng gần người nghe; "kia" chỉ sự vật xa người nói và người nghe. *The demonstrative pronoun "đây" is used to indicate object(s) close to the speaker and the listener; "đó/đấy" to indicate object(s) far from the speaker but close to the listener and "kia" to indicate object(s) far from the both speaker and listener.*

Bài 3 Dạo này anh làm gì?

What are you doing these days?

- **Cách nói về nghề nghiệp** - *Ways to talk about occupations*
- **Trợ từ cuối câu** - *Final particles:* **đấy, ạ**
- **Động từ** - *Verbs:* **làm, ở**
- **Phó từ** - *Adverb:* **đang**

1. Hội thoại - Dialogues

1.1 Ở sân bay quốc tế Tân Sơn Nhất - *At Tan Son Nhat International Airport*

Thủy Xin lỗi, ông là ông James Baker, phải không ạ?

J. Baker Dạ, phải. Tôi là James Baker.

Thủy Tôi tên là Thủy, nhân viên Công ty Du lịch Sài Gòn.

J. Baker À, chào cô Thủy.

Thủy Tôi đến đón ông. Xe hơi đang chờ ông ở đằng kia. Ông có mệt không ạ?

J. Baker Không. Cám ơn cô nhiều.

Thủy Mời ông lên xe.

J. Baker Cám ơn cô.

1.2 Dũng và Nam gặp nhau trên đường - *Dung and Nam meet each other on the street*

Dũng Chào anh Nam. Anh đi đâu đấy?

Nam A, chào anh. Tôi đi làm. Anh có khoẻ không?

Dũng Bình thường. Còn anh?

Nam Cám ơn. Tôi cũng bình thường. Dạo này anh làm gì?

Dũng Tôi đang làm tài xế ở Công ty Du lịch Việt Nam. Còn anh?

Nam Tôi đang làm nhân viên tiếp thị cho một công ty nước ngoài.

2. Thực hành nói - Oral Practice

2.1 Thay thế - *Substitution*

A

Ông ấy	
Anh ấy	làm nghề gì?
Cô ấy	

B

	sinh viên.
Anh ấy là	bác sĩ
	giáo viên

C

	đi	
Bà	ở	đâu?
	về	

D

	bệnh viện.
Tôi đi	sân bay
	bưu điện

E

	trường.
Chị ấy đến	công ty
	nhà bạn

F

	làm.
Cô ấy đi	học
	chơi

G

	đi đâu	
Anh	làm gì	đấy?
	học gì	

H

	học tiếng Việt.
Các anh ấy đang	ăn cơm
	làm việc

2.2 **Nhìn vào hình và những thông tin bên dưới, hỏi và trả lời** - *Look at the pictures and the notes below, and ask and answer the questions*

Paul Brown / Úc / kỹ sư / Công ty DHL

1. Đây là ai?
   - Đây là ông ________________ .
2. Ông ấy là người nước nào?
   - Ông ấy là ________________ .
3. Ông ấy làm gì ?
   - Ông ấy là ________________ .
4. Ông ấy làm việc ở đâu?
   - Ông ấy làm việc ở ________________ .

Tanaka / Nhật / sinh viên / Osaka

1. Đây là ai?
   - Đây ________________ .
2. Cô ấy ________________ nào?
   - Cô ấy ________________ .
3. Cô ________________ gì?
   - ________________ .
4. ________________ ở đâu?
   - ________________ .

2.3 **Học viên hỏi nhau về tên, quốc tịch, nghề nghiệp, nơi làm việc** - *Students ask each other about their names, nationalities, professions and places of work*

3. Từ vựng - Vocabulary

3.1 Nhìn vào hình và chọn từ chỉ nghề nghiệp thích hợp cho từng người trong hình - *Look at the pictures and choose appropriate words to indicate the profession of each person in the pictures*

bác sĩ, kỹ sư, giáo viên, sinh viên, thư ký, thợ chụp hình, tài xế, nội trợ, ca sĩ, thợ điện

1. Cô ấy là ______________ .

2. Anh ấy là ______________ .

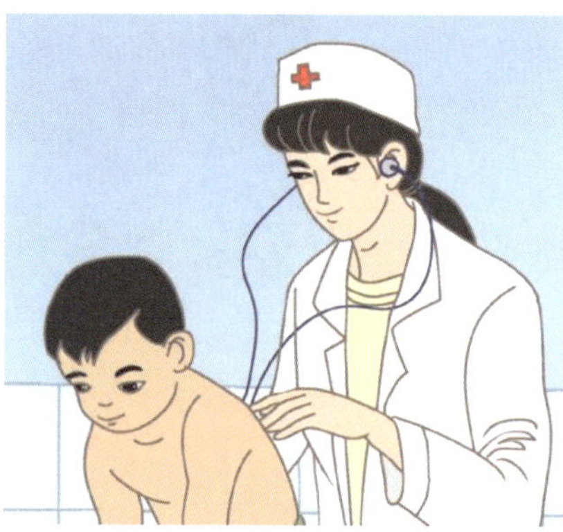

3. Cô ấy là ______________ .

4. Anh ấy là ______________ .

5. Anh ấy là ______________ .

6. Anh ấy là ______________ .

3.2 Điền các từ sau đây vào chỗ trống thích hợp - *Fill in the blanks with appropriate words*

người Việt, ca sĩ, làm việc, là

Xin chào các bạn. Tôi tên (1) ______ Thanh Hương. Tôi là (2) ______________ . Tôi là (3) ____________ . Bây giờ tôi sống và (4) ______________ ở Thành phố Hồ Chí Minh.

4. Thực hành nghe - Listening Comprehension

4.1 Nghe đoạn hội thoại giữa Thủy và Lan, sau đó chọn câu trả lời đúng - *Listen to the dialogue between Thủy and Lan, then choose the correct answers*

1. Thủy làm nghề gì?
   a. nội trợ   b. thư ký
2. Thủy làm việc ở đâu?
   a. Công ty Du lịch Sài Gòn
   b. Công ty Sài Gòn
3. Ai làm nội trợ?
   a. Lan   b. Thủy

4.2 Nghe và đánh dấu vào bảng dưới đây quốc tịch và nghề nghiệp của từng người - *Listen to the tape and write in the table the nationality and profession of each person*

A: sinh viên
B: kỹ sư
C: bác sĩ
D: giáo viên
E: thư ký

1: Hàn Quốc
2: Nhật
3: Anh
4: Việt Nam
5: Mỹ

Tên	Quốc tịch	Nghề nghiệp
Mai	4	A
Yoko		
Yoon		
Peter		
Tom		

5. Thực hành viết - Written Practice

5.1 Chọn một trong những từ cho sẵn, viết lại các câu dưới đây - *Choose the correct word in the brackets, then rewrite the following sentences*

1. Bà (là/làm) nghề gì?

____

2. Anh Philip (là/làm) sinh viên.

____

3. Thu Thủy (là/làm) ở Công ty Du lịch Sài Gòn.

____

4. Tôi tên (là/làm) Larry.

____

5. Cô ấy không phải (là/làm) người Hàn Quốc.

____

5.2 Viết lại cho đúng trật tự các từ trong các câu sau đây - *Rearrange the following words to form correct sentences*

1. ông Nam / kỹ sư / là / phải không ?

____

2. dạo này / gì / anh / làm ?

____

3. nhân viên / Sài Gòn / là / Công ty Du lịch / Thu Thủy .

____

4. J. Baker / là / người Anh / ông .

____

5.3 Chọn câu thích hợp điền vào chỗ trống - *Choose appropriate sentences from the boxes to fill in the blanks*

VD: Tôi tên là Tân. Tôi là tài xế. (4)

a. Cô Mai là y tá. ______________________ ( )

b. Chào ông Baker. ______________________ ( )

c. Tôi là bác sĩ. ______________________ ( )

d. Anh Peter là người Anh.

______________________ ( )

1. Anh ấy làm ở Công ty BP.
2. Ông có khỏe không?
3. Tôi làm việc ở Bệnh viện SG.
4. ~~Tôi là tài xế.~~
5. Cô Lan cũng là y tá.

---

1. Anh đi đâu đấy?
2. Xe hơi ở đâu?
3. Dạo này chị làm gì?
4. Cô Mai làm việc ở đâu?
5. Ông ấy là giáo viên, phải không?

a. - ______________________ ( )

- Tôi đi sân bay.

b. - ______________________ ( )

- Không phải. Ông ấy là kỹ sư.

c. - ______________________ ( )

- Xe hơi ở đằng kia.

d. - ______________________ ( )

- Cô ấy làm việc ở Bưu điện Thành phố.

e. - ______________________ ( )

- Dạo này tôi ở nhà, làm nội trợ.

5.4 Dùng các từ chỉ nghề nghiệp hoàn thành các câu sau đây - *Complete the following sentences by using words indicating professions*

1. Cô Thu Thủy là ______________________.
2. Ông J. Baker là ______________________.
3. Anh Lâm không phải là ______________________.
4. Bà là ______________________, phải không?
5. Cô là ______________________, phải không?

5.5 Hoàn thành các câu trả lời sau - *Complete the following answers*

1. Anh đang học gì đấy?

   Tôi đang học ____________________.

2. Cô ấy đang đợi ai đấy?

   Cô ấy đang ____________________.

3. Anh đi đâu đấy?

   Tôi ____________________.

4. Chị đang làm gì đấy?

   Tôi ____________________.

5.6 Trả lời các câu hỏi sau đây - *Answer the following questions*

1. Bạn sống ở đâu?

   ____________________.

2. Bạn học tiếng Việt ở đâu?

   ____________________.

3. Bạn làm nghề gì?

   ____________________.

4. Bạn làm việc/học ở đâu?

   ____________________.

5.7 Viết chính tả - Dictation

Thu Thủy là nhân viên Công ty Du lịch Sài Gòn. Hôm nay cô ấy đến sân bay Tân Sơn Nhất để đón ông James Baker. Ông James Baker là người Anh. Ông ấy là kỹ sư Công ty BP.

6. Ghi chú - Notes

1. đấy

(a) Lan đi đâu đấy? - *Where are you going, Lan?*
(b) Anh đang làm gì đấy? - *What are you doing?*

"Đấy" là trợ từ ở cuối câu, dùng để đánh dấu một hành động đang diễn ra. Có thể thay thế bằng "đó", "vậy", "thế".
The final particle "đấy" (placed at the end of a sentence) is used to mark an action currently in progress. This word can be replaced by "đó", "vậy", "thế".

2. làm

Anh làm nghề gì? - *What do you do?*
- Tôi làm bác sĩ. - *I work as a doctor.*
- Tôi là bác sĩ. - *I am a doctor.*

Động từ "làm" thường được dùng để hỏi hay trả lời về nghề nghiệp. Trong trường hợp này có thể dùng "là" thay cho "làm".
The verb "làm" is usually used to ask or answer questions about someone's profession. In this case, the verb "làm" can be replaced by "là".

3. ở

(a) Xe hơi ở đằng kia. - *The car is over there.*
(b) Tôi sống ở Quận 3. - *I live in District 3.*

Động từ "ở" chỉ sự tồn tại, VD (a). Cần phân biệt với "ở" là một giới từ chỉ địa điểm như trong VD (b).
The verb "ở" indicates the state of being, Ex. (a). It is necessary to distinguish "ở" as a verb and "ở" as a preposition of place, Ex. (b).

4. đang

(a) Anh làm gì đấy? - *What are you doing?*
- Tôi đang ăn cơm. - *I am eating.*

(b) Chị đang đợi ai đấy? - *Who are you waiting for?*
- Tôi đang đợi ông Baker. - *I am waiting for Mr. Baker.*

Phó từ "đang" biểu thị sự việc diễn ra, chưa kết thúc.
The adverb "đang" is used to express what is currently happening and not yet completed.

5. ạ

(a) Chào ông ạ. - *Hello, sir.*
(b) Ông có mệt không ạ? - *Are you tired?*

"Ạ" là trợ từ cuối câu, biểu thị ý kính trọng, lịch sự hoặc thân mật.
The particle "ạ" is placed at the end of a sentence to express politeness, respect or intimacy.

Bài 4 Bây giờ cô sống ở đâu?

Where do you live now?

- **Cách nói địa chỉ, khả năng ngoại ngữ** - *Ways to talk about address, and foreign language ability*
- **Cách nói lễ phép** - *Polite speech:* xin
- **Động từ** - *Verb:* được
- **Phó từ** - *Adverb:* đã
- **Từ nghi vấn** - *Interrogative word:* mấy
- **Số từ** - *Cardinal/Number*

1. Hội thoại - Dialogues

1.1 Một cuộc phỏng vấn - *An interview*

Thu Thảo Xin chào ông.
Giám đốc Chào cô. Mời cô ngồi.
Thu Thảo Dạ, xin cảm ơn ông.
Giám đốc Cô tên Thu Thảo, phải không?
Thu Thảo Dạ, phải.
Giám đốc Cô nói tiếng Anh được không?
Thu Thảo Dạ, được.
Giám đốc Thế, cô đã học tiếng Anh mấy năm?
Thu Thảo Dạ, tôi đã học tiếng Anh bốn năm.
Giám đốc Cô học tiếng Anh ở đâu?
Thu Thảo Dạ, ở Trường Đại học Khoa học Xã hội và Nhân văn.

1.2 Ở một buổi tiệc - *At a party*

Bình Xin giới thiệu với anh: Đây là cô Park, người Hàn Quốc. Còn đây là anh Nam.
Nam Rất vui được gặp cô.
Park Rất vui được gặp anh.
Nam Xin lỗi. Cô đến Việt Nam để làm gì?

Park Tôi đến Việt Nam để học tiếng Việt. Tôi đang học tiếng Việt ở Khoa Việt Nam học, Trường Đại học Khoa học Xã hội và Nhân văn. Còn anh, anh làm nghề gì ạ?

Nam Tôi là kỹ sư. Tôi làm việc ở Bưu điện Thành phố. Bây giờ cô sống ở đâu?

Park Tôi đang sống ở Quận Tân Bình. Còn anh, nhà anh ở đâu?

Nam Nhà tôi ở số 50, đường Nguyễn Thị Diệu, Quận 3, Thành phố Hồ Chí Minh.

2. Thực hành nói - Oral Practice

2.1 Thay thế - *Substitution*

A Anh đã | làm việc / sống / học | ở đâu?

B Nhà anh / Cơ quan cô / Công ty ông | ở đâu?

C Cô nói tiếng | Anh / Pháp / Nhật / Nga | được không?

D Anh ấy | nói / nghe / đọc / viết | tiếng Việt tốt

E Tôi đến Việt Nam để | du lịch. / làm việc / học tiếng Việt

2.2 **Nhìn vào danh thiếp, hỏi và trả lời về nghề nghiệp, địa chỉ, số điện thoại của ông Hải** - *Look at the name card. Ask and answer questions about Mr. Hai's profession, address and telephone number*

ĐẠI HỌC QUỐC GIA TP. HỒ CHÍ MINH
TRƯỜNG ĐẠI HỌC KHOA HỌC XÃ HỘI & NHÂN VĂN KHOA VIỆT NAM HỌC

NGUYỄN HẢI
Giảng viên

Cơ quan:
12 Đinh Tiên Hoàng, QUẬN 1, TP. Hồ Chí Minh
ĐT : 84-8-38225009
E-mail: nguyenhai@vns.edu.vn

1. Ông Hải làm nghề gì?
2. Ông ấy làm việc ở đâu?
3. Địa chỉ cơ quan của ông Hải ở đâu?
4. Điện thoại cơ quan của ông Hải số mấy?

2.3 **Nhìn vào hình và những thông tin bên cạnh, hỏi và trả lời** - *Look at the pictures and the notes beside them, and ask and answer questions using the phrases in blue* **(người nước nào, làm nghề gì, làm việc ở đâu, đang sống ở đâu, nói được tiếng gì)**

a. Thompson
- Mỹ
- nhân viên
- ngân hàng
- New York
- tiếng Việt

b. Thanh
- Việt Nam
- phóng viên
- Báo Phụ nữ
- Thành phố Hồ Chí Minh
- tiếng Anh, tiếng Nhật

c. Yoshiko
- Nhật
- thư ký
- công ty Du lịch
- Tokyo
- tiếng Anh, tiếng Việt

2.4 Học viên tự giới thiệu về mình, sau đó hỏi học viên khác theo mẫu sau

- Students introduce themselves, then ask each other questions according to the following sentences

Tôi tên là Nam. Tôi là người Việt. Tôi nói được tiếng Anh và một ít tiếng Pháp. Tôi làm việc ở Bưu điện Thành phố. Bây giờ tôi sống ở số 50, đường Nguyễn Thị Diệu, Quận 3, Thành phố Hồ Chí Minh. Còn bạn?

3. Từ vựng - Vocabulary

3.1 Điền các từ sau đây vào chỗ trống thích hợp - *Fill in the blanks with appropriate words*

Thành phố, người, làm việc, học, số

Park là (1) __________ Hàn Quốc. Cô ấy đến Việt Nam để (2) __________ tiếng Việt. Cô ấy đang sống ở Quận Tân Bình. Hôm qua, cô ấy gặp anh Nam. Anh Nam (3) __________ ở Bưu điện Thành phố. Nhà anh ấy ở (4) __________ 50, đường Nguyễn Thị Diệu, Quận 3, (5) __________ Hồ Chí Minh.

3.2 Viết thêm các từ cùng loại với từ được gạch dưới - *Add words of the same category as the words in blue*

1. Tôi làm việc ở ngân hàng /__________ /__________ /__________
2. Anh ấy đã sống ở Pháp /__________ /__________ /__________
3. Cô ấy đi chợ /__________ /__________ /__________
4. Anh ấy nói được tiếng Anh /__________ /__________ /__________

3.3 Khoanh tròn những từ không cùng loại - *Circle the words that do not belong to these groups*

1. tiếng Anh, tiếng Nga, nước Nhật, tiếng Việt, người Trung Quốc
2. chợ, ngân hàng, khách sạn, bưu điện, giám đốc, nhà hàng, thư ký
3. nói, nghe, đọc, kỹ sư, viết, giáo viên

3.4 Viết lại bằng số - *Rewrite these numbers in digits*

1. mười ______	6. hai trăm rưởi ______
2. hai mươi ______	7. một ngàn rưởi ______
3. bốn mươi lăm ______	8. hai ngàn bốn trăm năm mươi ______
4. ba trăm lẻ năm ______	9. năm ngàn không trăm lẻ tám ______

4. Thực hành nghe - Listening Comprehension

4.1 Nghe đoạn hội thoại sau đây, sau đó chọn câu trả lời đúng - *Listen to the following dialogue, then choose the correct answers*

1. Cô Yoko là người nước nào?
   a. Nhật　　b. Anh
2. Cô ấy làm nghề gì?
   a. sinh viên　　b. bác sĩ
3. Cô ấy làm việc ở đâu?
   a. Bệnh viện Sài Gòn　　b. Bệnh viện Chợ Rẫy
4. Hiện nay cô ấy sống ở đâu?
   a. Quận 1　　b. Quận 3

4.2 Nghe cô Thúy tự giới thiệu về mình, sau đó chọn câu trả lời đúng - *Listen to Miss Thúy as she introduces herself, then choose the correct answers*

1. Thúy nói được . . .
   a. tiếng Anh, tiếng Trung Quốc và tiếng Nhật
   b. tiếng Anh và tiếng Nhật
2. Cô ấy đã học tiếng Anh . . .
   a. một năm　　b. bốn năm
3. Cô ấy học tiếng Nhật . . .
   a. một năm　　b. hai năm

5. Thực hành viết - Written Practice

5.1 Sắp xếp các từ dưới đây thành câu hoàn chỉnh - *Rearrange the following words to form correct sentences*

1. cô ấy / tiếng Hàn Quốc / được / nói .

____

2. du lịch / làm việc / để / đến / Việt Nam / hay / chị ?

____

3. không / tiếng Anh / bà / được / nói ?

____

4. ngân hàng / tôi / ở / làm việc .

____

5. ở / bây giờ / sống / bà / đâu ?

____

5.2 Chọn câu thích hợp điền vào chỗ trống - *Choose appropriate sentences from the boxes to fill in the blanks*

VD: Tôi đã học tiếng Việt một tháng. Tôi nói tiếng Việt được một ít. (2)

A

a. Cô học tiếng Việt ở đâu?

______________________ ( )

b. Anh đã học tiếng Anh mấy năm?

______________________ ( )

c. ______________________ ( )

Cô ấy đã làm việc ở ngân hàng sáu năm.

d. Anh ấy đã học tiếng Nhật 3 tháng.

______________________ ( )

1. Tôi đã học tiếng Anh bốn năm.
2. ~~Tôi nói tiếng Việt được một ít.~~
3. Anh ấy nói được một ít tiếng Nhật.
4. Cô Lan làm việc ở ngân hàng.
5. Tôi học ở Trường Đại học Khoa học Xã hội và Nhân văn.

B

1. Ông đến Việt Nam để du lịch hay làm việc?
2. Công ty chị ở Quận 3, phải không?
3. Cô ấy đã đi du lịch ở đâu?
4. Bà Liên sống ở đâu?
5. Anh nói tiếng Pháp được không?

a. - ______________________ ( )
- Không phải. Công ty tôi ở Quận 1.

b. - ______________________ ( )
- Không, tôi nói tiếng Pháp không được.

c. - ______________________ ( )
- Tôi đến Việt Nam để du lịch.

d. - ______________________ ( )
- Cô ấy đã đi du lịch ở Hà Nội.

e. - ______________________ ( )
- Bà ấy sống ở Quận 3.

5.3 Chuyển các câu sau đây thành câu hỏi - *Transform the following sentences into questions*

VD : Cô Mary nói tiếng Việt được. → Cô Mary nói tiếng Việt được không?

1. Anh Nam nói tiếng Anh được.

→ ____?

2. Anh Tom nói tiếng Trung Quốc được.

→ ____?

3. Cô Lan lái xe hơi được.

→ ____?

4. Cô Loan nấu ăn được.

→ ____?

5. Bà Mai viết tiếng Nhật được.

→ ____?

5.4 Hoàn thành các câu sau đây - *Complete the following sentences*

1. Anh David đã học ______________________
2. Bà Hai đã sống ______________________
3. Cô Lan và cô Mai đã đi ______________________
4. Anh Nam đã gặp ______________________
5. Anh Thomas đã làm việc ______________________

5.5 Hoàn thành các câu sau đây - *Complete the following sentences*

1. Tôi là người ______________________
2. Tôi làm việc ______________________
3. Địa chỉ của tôi số ______________________
4. Tôi nói được tiếng ____________ và ____________
5. Tôi không viết ______________________ được.

5.6 Trả lời các câu hỏi dưới đây - *Answer the following questions*

1. Nhà bạn số mấy?

   ____

2. Điện thoại của bạn số mấy?

   ____

3. Lớp bạn có mấy sinh viên/học viên?

   ____

5.7 Viết chính tả - *Dictation*

Dũng là tài xế Công ty Du lịch Sài Gòn. Anh ấy nói được tiếng Anh và một ít tiếng Nhật. Anh ấy có hai người bạn nước ngoài, một người tên là Tom, một người tên là Yoko. Tom là người Anh, Yoko là người Nhật. Tom và Yoko đến Việt Nam để làm việc.

6. Ghi chú - Notes

1. Địa chỉ - *Address*

Nhà anh ấy ở số 50, đường Nguyễn Thị Diệu, Phường 6, Quận 3, TP. Hồ Chí Minh.
His house is at 50 Nguyễn Thị Diệu Street, Ward 6, District 3, Hồ Chí Minh City.

Địa chỉ ở đô thị Việt Nam thường được viết theo thứ tự: số nhà, đường, phường, quận (huyện), thành phố (tỉnh).
In Vietnamese cities, the address is usually written in the following order: house number, street, ward, district, city.

2. đã

(a) Cô Mai đã học tiếng Anh 2 năm.
- Miss Mai has studied English for two years.

(b) Hôm qua tôi đi thư viện.
- I went to the library yesterday.

Phó từ "đã" chỉ một sự việc diễn ra trước một mốc thời gian nào đó, VD (a). Khi trong câu có sự xuất hiện của từ chỉ thời gian thì có thể lược bỏ "đã", VD (b).
The adverb "đã" is used to indicate what happened before the moment of speaking, Ex. (a). The adverb "đã" can be omitted when an adverb of time appears in the sentence, Ex. (b).

3. được

Question	Cô nói tiếng Anh được không? *Can you speak English?*	
Statement	Tôi nói tiếng Anh được. *I can speak English.*	
Negative	Tôi không nói được tiếng Anh. *I cannot speak English.*	
Short answer	- Dạ, được. - Dạ, không được.	*- Yes, I can.* *- No, I cannot.*

Động từ "được" với ý nghĩa chỉ khả năng được phân bố sau động từ chính (có thể trước hay sau bổ ngữ).
The verb "được", indicating ability, is placed after the main verb (and before or after the object of the sentence).

4. mấy

(a) Chị đã học tiếng Anh mấy năm? – Ba năm.
How many years have you studied English? – Three years.

(b) Ông ấy nói được mấy thứ tiếng? – Bốn thứ tiếng: Anh, Nga, Pháp và Đức.
How many languages can he speak? – Four languages: English, Russian, French and German.

(c) Nhà anh ở quận mấy? – Quận 3.
Where (Which district) is your house? – District 3.

"Mấy" được dùng để hỏi về số lượng nào đó mà người nói nghĩ là không nhiều. "Mấy" còn được dùng để hỏi số nhà, số điện thoại, giờ . . .
The word "mấy" is used to ask about a quantity that is considered small by the speaker. "Mấy" is also used to ask about certain things involving numbers, such as house numbers, telephone numbers, and time.

5. Số từ - *Cardinal numbers*

1	một	6	sáu	100	một trăm
2	hai	7	bảy	1.000	một ngàn/nghìn
3	ba	8	tám	10.000	mười ngàn/nghìn
4	bốn	9	chín	100.000	một trăm ngàn/nghìn
5	năm	10	mười	1.000.000	một triệu
				1.000.000.000	một tỷ

Cách đọc số trong tiếng Việt có một số điểm cần lưu ý như sau - *Here are some important points to remember for reading numbers in Vietnamese. Note the words in red:*

0	không	1	một	5	năm
10	mười	11	mười một	15	mười lăm
20	hai mươi	21	hai mươi mốt	25	hai mươi lăm

150 một trăm năm mươi/một trăm rưỡi/một trăm rưởi

2500 hai ngàn năm trăm/hai ngàn rưỡi/hai ngàn rưởi

Cách đọc số "0" - *Ways to read "0"*

số phòng - *room number*	205	hai lẻ năm/hai linh năm/hai không năm
số nhà - *house number*	205	hai trăm lẻ năm/hai lẻ năm hai trăm linh năm/hai linh năm
số điện thoại - *telephone*	38225009	ba - tám - hai - hai - năm - không - không - chín
số lượng - *quantity*	1.005	một ngàn/nghìn không trăm lẻ/linh năm

6. xin

(a) Xin chào ông. - *Hello, Sir.*
(b) Xin cảm ơn bà. - *Thank you, Madam.*

"Xin" thường được dùng để biểu thị thái độ khiêm tốn, lễ phép (khi chào mời, cảm ơn, yêu cầu . . .).
The word "xin" is used to express politeness and respect (for example, when we greet, thank or suggest).

Bài 5 Bây giờ là mấy giờ?

What time is it now?

- **Cách nói giờ và thời gian trong ngày** - *Ways to talk about points of time and duration of time*
- **Từ nghi vấn** - *Interrogatives:* **bao nhiêu**
- **Phó từ** - *Adverbs:* **thường, rất**
- **Trợ từ cuối câu** - *Final particle:* **à**

1. Hội thoại - Dialogues

1.1 **Việt chuẩn bị ra sân bay đón một đoàn khách du lịch Nhật** - *Việt will soon go to the airport to pick up a Japanese tourist group*

Việt: Sáng nay tôi phải đi sân bay để đón một đoàn khách du lịch Nhật Bản.

Thu Thủy: Thế à? Đoàn có bao nhiêu người?

Việt: Có 12 người. Bây giờ là mấy giờ, chị Thu Thủy?

Thu Thủy: Mười giờ rưỡi.

Việt: Mười giờ rưỡi rồi à?

Thu Thủy: Vâng. Mười giờ rưỡi rồi. Mấy giờ máy bay đến?

Việt: Mười hai giờ trưa.

1.2 **Hùng và Mai nói chuyện với nhau về công việc hàng ngày** - *Hùng and Mai talk about their daily activities*

Mai: Anh thường đi làm lúc mấy giờ?

Hùng: Lúc 6 giờ rưỡi sáng. Còn cô?

Mai: Tôi cũng vậy. Buổi chiều anh thường về đến nhà lúc mấy giờ?

Hùng: Lúc 4 giờ rưỡi hay 5 giờ chiều. Buổi tối cô thường làm gì?

Mai: Tôi thường đọc sách, đọc báo, xem ti vi, học tiếng Anh. Còn anh?

Hùng: Tôi thường đọc báo và xem ti vi. Tôi ít khi đọc sách.

Mai: Tại sao?

Hùng: Vì tôi không có thời gian.

2. Thực hành nói - Oral Practice

2.1 Thay thế - *Substitution*

A

	11 giờ rưỡi.
Bây giờ là	3 giờ kém 15
	6 giờ 15
	9 giờ đúng

B

	đi làm	
Cô thường	đi ngủ	lúc mấy giờ?
	về nha	
	ăn tối	

C

Buổi sáng,	
Buổi trưa	anh thường làm gì?
Buổi chiều	
Buổi tối	

D

	đọc sách.
Buổi tối, tôi thường	xem ti vi
	uống bia
	đọc báo

E

	làm việc		7 giờ		11 giờ.
Anh ấy thường	học tiếng Việt	từ	10 giờ	đến	12 giờ
	ăn tối		7 giờ		7 giờ rưỡi

2.2 Xem thời khoá biểu của Thanh, thực tập hỏi và trả lời - *Read the following schedule of Thanh. Practice asking and answering the questions*

VD: - Buổi sáng, Thanh thức dậy lúc mấy giờ?
- Buổi sáng, Thanh thức dậy lúc 6 giờ sáng.

Buổi sáng	6 giờ 5	thức dậy
	7 giờ	ăn sáng
	7 giờ 20	đi làm
	7 giờ 30	đến công ty
Buổi trưa	11 giờ 30	ăn trưa
	12 giờ 15	nghỉ trưa
Buổi chiều	13 giờ 30	làm việc lại
	17 giờ	về đến nhà
Buổi tối	19 giờ 15	đi học tiếng Anh
	21 giờ	về đến nhà
	23 giờ	đi ngủ

2.3 Nhìn vào bảng dưới đây, thực tập hỏi và trả lời - *Look at the following table, and practise asking and answering questions*

VD: A: *Xe TP. Hồ Chí Minh – Vũng Tàu khởi hành lúc mấy giờ?*
B: *Xe TP. Hồ Chí Minh – Vũng Tàu khởi hành lúc 7 giờ.*
A: *Xe đến Vũng Tàu lúc mấy giờ?*
B: *Xe đến Vũng Tàu lúc 10 giờ.*

Tuyến	Giờ khởi hành	Giờ đến
TP. Hồ Chí Minh – Vũng Tàu	7 giờ	10 giờ
TP. Hồ Chí Minh – Đà Lạt	6 giờ 30	1 giờ 30
TP. Hồ Chí Minh – Nha Trang	6 giờ 15	4 giờ
TP. Hồ Chí Minh – Cần Thơ	8 giờ 30	2 giờ

2.4 Học viên tập hỏi nhau về thời gian học, làm việc . . . - *Students practice asking questions about their class schedules, working hours, and so on*

3. Từ vựng - Vocabulary

3.1 Điền các từ sau đây vào chỗ trống thích hợp - *Fill in the blanks with appropriate words*

buổi chiều, bác sĩ, đi làm, ăn trưa, bệnh viện

Ông Hải là (1) ______________ . Ông ấy làm việc ở một (2) ______________ lớn của thành phố. Ông ấy thường (3) ______________ lúc 6 giờ 45 phút và đến bệnh viện lúc 7 giờ. Buổi sáng, ông ấy làm việc từ 7 giờ đến 11 giờ rưỡi. Buổi trưa, ông (4) ______________ ở căn tin của bệnh viện. (5) ______________ ông ấy làm việc từ 1 giờ đến 4 giờ rưỡi. Buổi tối, ông làm việc tại nhà đến 8 giờ. Ông ấy rất bận.

3.2 Khoanh tròn những từ ngữ không cùng loại - *Circle the words that do not belong to these groups*

1. buổi sáng, buổi trưa, ăn sáng, buổi chiều, đi chơi, buổi tối
2. đọc sách, đọc báo, buổi tối, xem phim, đi làm, buổi sáng, về nhà
3. hôm qua, hôm nay, ăn tối, ngày mai, mấy giờ

3.3 Viết thêm các từ ngữ cùng loại - *Add words of the same category to these lists*

1. buổi sáng, ______________, ______________, ______________, ______________
2. đi làm, đọc sách, ______________, ______________, ______________
3. hôm qua, ______________, ______________, ______________, ______________

4. Thực hành nghe - Listening Comprehension

4.1 **Sau đây là thói quen của một số người. Nghe và vẽ vào đồng hồ** - *Here are the habits of some people. Listen and complete the clocks*

A 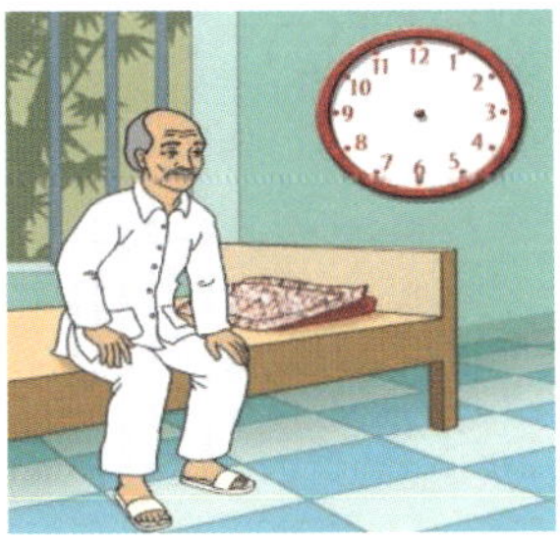

B 

C 

D 

E 

F 

4.2 **Vũ là nhân viên công ty IBM. Trưa nay Vũ đến Thành phố Hồ Chí Minh. Nghe lịch làm việc của Vũ và chọn câu trả lời đúng** - *Vu is an employee of IBM. This afternoon he will arrive in Ho Chi Minh City. Listen to his schedule and choose the correct answers*

1. Vũ đến sân bay Tân Sơn Nhất lúc mấy giờ?
   a. 12 giờ　　　b. 2 giờ
2. Vũ đến khách sạn Rex lúc mấy giờ?
   a. 12 giờ 15　　　b. 12 giờ 45
3. Vũ ăn tối với giám đốc công ty Pacific lúc mấy giờ?
   a. 7 giờ rưỡi　　　b. 7 giờ
4. Ngày mai Vũ làm gì?
   a. làm việc　　　b. đi Hồng Kông

5. Thực hành viết - Written Practice

5.1 Chọn từ đúng, viết lại các câu sau - *Choose the correct words given in brackets, then rewrite the following sentences*

1. Máy bay đến sân bay Tân Sơn Nhất lúc 12 giờ (trưa/sáng).

____

2. Chị ấy thường về nhà lúc 5 giờ (trưa/chiều).

____

3. Tôi thường đi ngủ lúc 11 giờ (chiều/đêm).

____

4. Thanh thức dậy (lúc/ở) 6 giờ sáng.

____

5. Bây giờ (là/là lúc) 7 giờ tối.

____

5.2 Viết lại cho đúng thứ tự các từ trong các câu sau - *Rearrange the following words to form correct sentences*

1. đi học / chị / lúc / thường / mấy giờ ?
2. sáng / lúc / thức dậy / cô Mai / 6 giờ .
3. rất / ông ấy / bận .
4. đến / 7 giờ sáng / lúc / trường / anh ấy .
5. buổi sáng / cô / buổi chiều / học / hay ?

5.3 Chọn câu thích hợp, sau đó viết lại - *Choose the appropriate sentences from the boxes to fill in the blanks*

VD: Anh Nam là sinh viên. Anh ấy thường đọc sách buổi tối. *(1)*

A

a. Buổi sáng, tôi bắt đầu học lúc 8 giờ.

____________________________________( )

b. Bây giờ là 12 giờ đêm rồi.

____________________________________( )

c. Buổi tối, cô ấy thường đi ngủ lúc 10 giờ.

____________________________________( )

d. 6 giờ rưỡi sáng, ông Tony thức dậy.

____________________________________( )

1. ~~Anh ấy thường đọc sách buổi tối.~~
2. Sau đó ông ấy ăn sáng.
3. Còn buổi chiều tôi bắt đầu học lúc 1 giờ.
4. Buổi sáng, cô ấy thường thức dậy lúc 5 giờ.
5. Tôi phải đi về nhà.

B

1. Cô thường ăn trưa lúc mấy giờ?
2. Mấy giờ xe lửa khởi hành?
3. Bây giờ là mấy giờ?
4. Anh học tiếng Việt từ mấy giờ đến mấy giờ?
5. 10 giờ sáng nay ông David và ông Kim đi đâu?

a. - ____________________________ ( )
- Tôi thường ăn trưa lúc 12 giờ.

b. - ____________________________ ( )
- Các ông ấy đi uống cà phê.

c. - ____________________________ ( )
- Xe lửa khởi hành lúc 1 giờ chiều.

d. - ____________________________ ( )
- 1 giờ đúng.

e. - ____________________________ ( )
- Từ 8 giờ đến 10 giờ sáng.

5.4 Dùng từ "rất" viết lại các câu dưới đây - *Rewrite the following sentences, using the word "rất"*

1. Trưa nay chúng tôi ăn cơm muộn.

____

2. Cô ấy nấu ăn giỏi.

____

3. Hôm nay anh Bình vui.

____

4. Anh ấy thức dậy sớm.

____

5. Tiếng Việt khó.

____

5.5 Viết câu trả lời cho các câu hỏi dưới đây (theo gợi ý trong ngoặc) - *Write answers to these questions using the words in brackets*

VD: Tại sao anh Nam đi làm muộn?

→ Vì sáng nay anh ấy thức dậy muộn. (thức dậy muộn)

1. Tại sao hôm qua anh Nam về nhà muộn?

______________________________ (đi uống bia)

2. Tại sao buổi tối anh ấy không xem ti vi?

______________________________ (thường đi ngủ sớm)

3. Tại sao anh ấy không ăn sáng?

______________________________ (không thích)

4. Tại sao hôm nay anh ấy không đi học?

______________________________ (mệt)

5.6 Viết câu trả lời cho các câu hỏi dưới đây - *Answer these questions*

1. Lớp bạn có bao nhiêu sinh viên/học viên?

____

2. Bạn học tiếng Việt mấy buổi một tuần? Buổi sáng hay buổi chiều?

____

3. Bạn học tiếng Việt bao nhiêu tiết một tuần?

____

4. Bạn xem ti vi mấy tiếng một ngày?

____

5.7 **Dùng từ "thường" trả lời các câu hỏi dưới đây** - *Answer the following questions by using the word "thường"*

1. Bạn thường thức dậy lúc mấy giờ?

   - Tôi thường ____________________

2. Buổi tối bạn thường làm gì?

   ____

3. Bạn thường ăn trưa ở đâu?

   ____

4. Bạn thường đến lớp lúc mấy giờ?

   ____

5.8 **Viết chính tả** - *Dictation*

Tối hôm qua Hùng đi uống bia với bạn. Anh ấy về đến nhà lúc 12 giờ đêm. Sáng nay anh ấy thức dậy lúc 9 giờ sáng. Anh ấy đi làm rất muộn. Anh ấy đến công ty lúc 9 giờ rưỡi. 2 giờ chiều nay anh ấy phải đi làm việc ở Biên Hoà. Anh ấy không thích nhưng phải đi.

6. Ghi chú - Notes

1. Nói thời gian trong ngày - *Telling the time of day*

(a) Anh ấy thường uống cà phê từ 9 giờ sáng đến 12 giờ trưa.
He usually drinks coffee from 9 a.m. to 12 noon.

(b) Buổi học bắt đầu lúc 1 giờ chiều
The class starts at 1 p.m.

Sáng: từ 1 giờ đến 10 giờ.
Trưa: từ 11 giờ đến 12 giờ.
Chiều: từ 13 giờ đến 18 giờ.
Tối: từ 19 giờ đến 22 giờ.
Đêm: từ 23 giờ đến 24 giờ.

2. thường

(a) Cô có thường xem phim không? - *Do you often go to the movies?*
(b) Anh ấy thường không đọc sách. - *He doesn't read books very often.*

Phó từ "thường" được dùng để diễn tả sự lặp lại thường xuyên của hành động.
The adverb "thường" is used to express the frequent repetition of an action.

3. bao nhiêu

(a) Anh có bao nhiêu tiền? - Năm ngàn đồng.
How much money do you have? - *Five thousand dong.*
(b) Lớp cô có bao nhiêu người? - Năm người.
How many people are there in your class? - *Five people.*

"Bao nhiêu" dùng để hỏi về số lượng nào đó mà người nói không rõ là nhiều hay ít.
"Bao nhiêu" is used to ask about a quantity that the speaker cannot estimate accurately.

4. rất

(a) Cô ấy nói tiếng Việt rất giỏi. - *She speaks Vietnamese very well.*
(b) Anh ấy thường đi ngủ rất muộn. - *He usually goes to bed very late.*

Phó từ "rất" chỉ mức độ cao, trên hẳn mức bình thường, thường dùng trong câu trần thuật.
The adverb "rất" indicates a level much higher than normal. It is usually used in declarative sentences.

5. à

(a) Anh là sinh viên à? - *Are you a student?*
(b) Chị không đi làm à? - *Don't you go to work?*

Trợ từ "à" đặt ở cuối câu, dùng để hỏi rõ thêm về điều gì đó.
The particle "à", which is placed at the end of the sentence, is used to ask for more information about something.

Bài 6 Cô học Tiếng Việt ở đâu?

Where do you study vietnamese?

- **Ôn lại cách hỏi tên, quốc tịch, nghề nghiệp, địa chỉ, thời gian, khả năng ngoại ngữ** - *Review ways of asking about name, nationality, occupation, address, time and foreign language ability*
- **Phân biệt** - *Distinguishing:* **mấy/bao nhiêu, quá/rất, đâu/ở đâu**

1. Hội thoại - Dialogues

1.1 Yoko đang tìm chỗ ngồi trong quán cà phê - *Yoko is looking for a seat in a coffee shop*

Yoko Xin lỗi, tôi ngồi đây được không ạ?

Nam Dạ, được. Mời cô. Xin lỗi, cô tên gì?

Yoko Tôi tên là Yoko. Còn anh, anh tên là gì?

Nam Tôi tên là Nam. Cô là người nước nào?

Yoko Tôi là người Nhật.

Nam Cô nói tiếng Việt hay quá. Cô học tiếng Việt ở đâu?

Yoko Tôi học tiếng Việt ở Khoa Việt Nam học, Trường Đại học Khoa học Xã hội và Nhân văn. Còn anh, anh làm nghề gì?

Nam Tôi là kỹ sư. Cô sang Việt Nam du lịch, phải không?

Yoko Dạ, không phải. Tôi sang Việt Nam làm việc. Tôi làm việc ở Bệnh viện Chợ Rẫy.

1.2 Thủy gặp Bình trên đường - *Thủy meets Bình on the street*

Thủy Chào anh Bình. Lâu quá không gặp anh.

Bình Chào Thủy. Lâu quá không gặp. Thủy đi đâu đấy?

Thủy Em đi bưu điện.

Bình Dạo này Thủy làm gì?

Thủy Em làm ở Công ty Du lịch Sài Gòn. À, anh có thường gặp anh Nam không?

Bình Có. Hôm qua tôi gặp anh ấy ở một quán cà phê. Anh ấy nói chuyện với một cô gái người Nhật.

Thủy Cô ấy nói tiếng Việt được không?

Bình Cô ấy nói tiếng Việt rất giỏi. À, mấy giờ rồi, Thủy?

Thủy Dạ, 10 giờ kém mười.

Bình Ồ, tôi phải đi bây giờ. Chào Thủy.

2. Thực hành nói - Oral Practice

2.1 Nhìn vào bảng dưới đây, thực tập đặt câu hỏi và trả lời - *Look at the table. Practice asking and answering questions using the phrases in brackets* ***(làm mấy giờ một ngày, từ mấy giờ đến mấy giờ . . .)***

Tên	Nghề nghiệp	Giờ/ ngày	Ngày/ tuần	Giờ làm việc
Hà	thư ký	8	5	Sáng: 7:00 – 11:30 Chiều: 13:00 – 16:30
Bình	giáo viên	4	6	Sáng: 7:30 – 11:30
Dũng	tài xế	12	6	Sáng: 7:00 – 12 : 00 Chiều: 13:00 – 20:00
Mai	sinh viên	5	6	Sáng: 6:30 – 11:30
Thủy	nhân viên	8	5	Sáng: 7:00 – 12:00 Chiều: 13:30 – 16:30

2.2 Xem chương trình truyền hình dưới đây, thực tập đặt câu hỏi và trả lời (bắt đầu từ/lúc mấy giờ . . .) - *Look at the television program below, practice asking and answering the questions*

Kênh 9	Kênh 7
6:02 Tập thể dục buổi sáng	6:03 Tập thể dục buổi sáng
6:20 Tin trong nước. Tin thế giới	6:15 Tin thế giới
6:40 Dạy tiếng Anh, bài 6	6:30 Phim hoạt hình: "Gia đình Jatson"

2.3 Học viên tự giới thiệu (tên gì, người nước nào, làm nghề gì, địa chỉ ở đâu, nói được tiếng gì . . .) - *Students introduce themselves (giving name, nationality, profession, address, language and so on)*

3. Từ vựng - Vocabulary

3.1 Nhìn vào hình và chọn từ chỉ nghề nghiệp thích hợp cho từng người trong hình - *Look at these pictures and choose appropriate words from the box to indicate the profession of each person in the picture*

bác sĩ, kỹ sư, giáo viên, sinh viên, thư ký, thợ điện, tài xế, nội trợ, thợ chụp hình, ca sĩ

1. Cô ấy là ________

2. Cô ấy là ________

3. Chị ấy là ________

4. Chị ấy là ____________

5. Anh ấy là ____________

6. Chị ấy là ____________

3.2 Khoanh tròn những từ ngữ không cùng loại - *Circle the words that do not belong to these groups*

1. xem phim, xem ti vi, buổi tối, đọc sách, đọc báo, đi làm, trưa nay
2. ăn sáng, ăn trưa, bây giờ, ăn tối, mấy giờ
3. hôm qua, hôm nay, đi học, ngày mai, ngày kia, muộn
4. gì, mấy, bao nhiêu, còn, tại sao, ai, là, đâu, để
5. người Anh, người Mỹ, người nước nào, người Việt, thư ký

3.3 Viết thêm vào bảng từ dưới đây - *Add words of the same category to these lists*

1. công ty, nhà hàng, ____________, ____________, ____________, ____________
2. sinh viên, bác sĩ, ____________, ____________, ____________, ____________
3. buổi tối, buổi trưa, ____________, ____________, ____________, ____________
4. làm việc, học, ____________, ____________, ____________, ____________
5. tiếng Anh, tiếng Việt, ____________, ____________, ____________, ____________
6. ai, bao nhiêu, ____________, ____________, ____________, ____________

3.4 Hãy viết bằng số các chữ số dưới đây - *Rewrite these numbers in digits*

1. một trăm rưởi ______________
2. ba nghìn rưởi ______________
3. chín nghìn tám trăm linh năm ______________
4. một nghìn chín trăm chín mươi chín ______________

3.5 Điền các từ sau đây vào chỗ trống thích hợp - *Fill in the blanks with the words from the box*

muộn, giám đốc, thức dậy, ăn tối, đọc báo, công ty, làm việc

Ông Lâm là (1)__________ của một (2) __________ lớn ở thành phố. Ông ấy thường (3) __________ lúc 5 giờ 45 phút. Sau đó, ông ăn sáng và (4) __________. Ông đến công ty lúc 7 giờ kém 15. Buổi sáng, ông ấy (5) __________ từ 7 giờ đến 11 giờ rưỡi. Buổi trưa, ông về nhà ăn cơm và ngủ trưa khoảng 30 phút. Buổi chiều, ông ấy làm việc từ 1 giờ đến 5 giờ. Buổi tối, ông thường đi (6) __________ với các khách hàng hay nhân viên của công ty. Ông thường về đến nhà rất (7) __________ .

4. Thực hành nghe - Listening Comprehension

4.1 Nghe và điền số nhà, số điện thoại vào bảng dưới đây - *Listen to the recording and fill in the house numbers, and telephone numbers in the table*

Cơ quan	Địa chỉ	Số điện thoại
Ngân hàng Á Châu	442 Nguyễn Thị Minh Khai	38334085
Khách sạn Majestic	...... Đồng Khởi	
Bệnh viện Chợ Rẫy	...... Nguyễn Chí Thanh	
Công ty Điện thoại	...... Hùng Vương	

4.2 Nghe một số thông tin về anh Dũng, sau đó chọn câu trả lời đúng - *Listen to information about Dung, then choose the appropriate answers*

1. Anh Dũng làm nghề gì?
   a. kỹ sư b. sinh viên
2. Anh Dũng làm việc ở đâu?
   a. Công ty Du lịch b. Bưu điện Thành phố
3. Anh Dũng thường đi du lịch ở đâu?
   a. Nha Trang, Hà Nội, Huế
   b. Nha Trang, Đà Lạt, Huế
4. Buổi sáng anh Dũng thường làm gì?
   a. đọc sách và uống cà phê
   b. đọc báo và uống cà phê
5. Anh Dũng về đến nhà lúc mấy giờ?
   a. 5 giờ b. 4 giờ rưỡi

5. Thực hành viết - Written Practice

5.1 Chọn từ "rất" hoặc "quá" điền vào chỗ trống trong câu - *Choose the word "rất" or "quá" to fill in the blanks*

1. Tôi chờ ông John lâu ____________ .
2. Chúng tôi thường về đến nhà ________ muộn.
3. Các anh ấy ________ muốn gặp ông.
4. Ba tôi ________ thích đọc báo buổi sáng.
5. Xin lỗi, tôi ngồi đây được không? Tôi mệt ____________ .

5.2 Chọn câu thích hợp điền vào chỗ trống - *Choose appropriate sentences from the right to fill in the blanks on the left*

a. ________________________ ( )
   - Dạ, được. Mời ông.

b. ________________________ ( )
   - Tôi thức dậy lúc 6 giờ rưỡi sáng.

c. ________________________ ( )
   - Được. Cô ấy nói tiếng Pháp được.

d. ________________________ ( )
   - Vâng, anh ấy thường đi ngủ sớm.

1. Tôi ngồi ở đây, được không?
2. Cô ấy nói tiếng Pháp được không?
3. Anh ấy thường đi ngủ sớm, phải không?
4. Hôm qua, anh thức dậy lúc mấy giờ?

5.3 **Tìm chỗ sai trong câu. Viết lại thành câu đúng** - *Find the incorrect words and rewrite to form correct sentences*

1. Cô làm người Mỹ, phải không?

   ____

2. Chúng tôi đi trường lúc 7 giờ rưỡi.

   ____

3. Cô ấy là nghề gì?

   ____

4. Anh đi ở đâu đấy?

   ____

5.4 **Dùng từ "đâu" hoặc "ở đâu" để đặt câu hỏi cho các câu dưới đây** - *Transform the following sentences into questions by using "đâu" or "ở đâu"*

VD: Anh Bình gặp anh Nam ở một quán cà phê.
→ Anh Bình gặp anh Nam ở đâu?

1. Bà Lệ làm việc ở ngân hàng.

   → ______________________________?

2. Chiều nay chị Lan và chị Mai đi chợ Bến Thành.

   → ______________________________?

3. Công ty của họ ở đường Lê Thánh Tôn, Quận 1.

   → ______________________________?

4. Anh ấy muốn đi Bưu điện Thành phố.

   → ______________________________?

5.5 Sắp xếp lại trật tự của các từ thành câu hoàn chỉnh - *Rearrange the following words to form correct sentences*

VD: anh ấy / đi làm / hôm qua / muộn / tại sao ?

→ Tại sao hôm qua anh ấy đi làm muộn?

1. không / hôm qua / anh / đi học / tại sao ?

____

2. bao nhiêu / sinh viên / chị / lớp / có ?

____

3. ở đâu / cô Thủy / tiếng Anh / học ?

____

4. chị / buổi tối / đọc sách / thường / hay / xem tivi ?

____

5. gì / đang / Thủy / đọc / đấy ?

____

6. gì / học / hôm qua / các anh / đã ?

____

5.6 Chọn một trong các từ cho sẵn để viết lại những câu dưới đây - *Choose the correct word from the brackets, then rewrite the following sentences*

1. Cô Mai (đi/đến) trường để học tiếng Anh.

____

2. Cô đang sống (đâu/ở đâu)?

____

3. Anh tên là Nam (không/phải không)?

____

4. Anh nói tiếng Anh (được không/được)?

____

5. Yoko (làm/là) người nước nào?

____

5.7 Hoàn thành các câu sau đây - *Complete the following sentences*

1. Sáng chủ nhật anh ấy thường ______________________ .
2. Chị ấy không phải là ______________________ .
3. Tại sao anh không ______________________ ?
4. Anh có bao nhiêu ______________________ ?
5. Chị học tiếng Việt mấy ______________________ ?
6. Chị là ______________________ , phải không?
7. Sáng hôm qua, anh ______________________ ở đâu?
8. Cô ấy không ______________________ à?

5.8 Viết chính tả - *Dictation*

Hoàng là phóng viên. Buổi sáng Hoàng thức dậy rất sớm, lúc 5 giờ. Sau đó, anh ấy ăn sáng. Anh ấy thường ăn sáng ở nhà. 6 giờ 45 anh ấy đi làm việc. Buổi tối, Hoàng đi ngủ rất muộn, lúc 12 giờ đêm hay 1 giờ sáng.

6. Ghi chú - Notes

1. mấy/bao nhiêu

(a) Lớp anh có mấy người? - Có 5 người
How many students are there in your class? - Five students.
(b) Công ty anh có bao nhiêu nhân viên? - Có 3 nhân viên.
How many employees are there in your company? - Three employees.

"Mấy" được dùng để hỏi về số lượng nào đó mà người nói nghĩ là không nhiều, VD (a). "Bao nhiêu" dùng để hỏi về số lượng người nói không biết rõ là nhiều hay ít, VD (b).
The word "mấy" is used to ask about a quantity that the speaker estimates to be small, Ex. (a). The word "bao nhiêu" is used to ask about a quantity that the speaker cannot estimate, Ex. (b).

2. quá/rất

(a) Cô nói tiếng Việt hay quá! *You speak Vietnamese very well.*
(b) Cô ấy nói tiếng Việt thế nào? *How well does she speak Vietnamese?*
- Cô ấy nói tiếng Việt rất giỏi. *- She speaks Vietnamese very well.*

"Quá" là phó từ, chỉ mức độ cao hơn hẳn mức bình thường, thường dùng trong câu có tính chất cảm thán, VD (a). "Rất" cũng chỉ mức độ cao, trên hẳn mức bình thường, thường dùng trong câu trần thuật, VD (b).
The adverb "quá" is usually used in exclamatory sentences to indicate the feeling of the speaker. The level of the feeling is much higher than usual, Ex. (a). "Rất" is also used to indicate a degree much higher than usual, but in declarative sentences, Ex. (b).

3. đâu/ở đâu

(a) Chị đi đâu đấy? *- Where are you going?*
(b) Anh làm việc ở đâu? *- Where do you work?*

"Đâu" dùng để hỏi về địa điểm, nơi chốn. "Ở đâu" là kết hợp giới từ "ở" và từ nghi vấn "đâu", thường được dùng sau một số động từ như "làm việc", "học", "sống" . . .
The word "đâu" is used to ask about a place or location. "Ở đâu" is a combination of the preposition "ở" and the interrogative word "đâu". "Ở đâu" usually goes with verbs such as: "làm việc" (to work), "học" (to study), "sống" (to live) . . .

Bài 7 Hôm nay là thứ mấy?

What day is today?

- **Cách nói về ngày tháng** - *Ways to talk about dates*
- **Phó từ** - *Adverbs:* **sắp, sẽ**
- **Động từ** - *Verb:* **để**
- **Từ nghi vấn** - *Interrogative words:* **bao lâu, bao giờ**

1. Hội thoại - Dialogues

Thu mời Mai đi Đà Lạt - *Thu invites Mai to go to Đa Lat*

1.1

Thu Chị Mai này, tôi sắp đi du lịch Đà Lạt.

Mai Ồ, hay quá! Bao giờ chị đi?

Thu Chủ nhật tuần này. Chị đi với tôi không?

Mai Để tôi xem . . . Hôm nay là thứ mấy?

Thu Hôm nay là thứ tư.

Mai Thứ tư rồi à? Tiếc quá. Tôi còn nhiều việc phải làm ở công ty. Chị sẽ ở Đà Lạt bao lâu?

Thu Ba ngày. Chiều thứ ba tôi về.

Mai Chúc chị đi Đà Lạt vui.

Thu Cám ơn chị. Tôi sẽ có quà Đà Lạt cho chị.

1.2 Hải gặp Mai ở một trung tâm ngoại ngữ - *Hai meets Mai at a foreign language center*

Hải Chào chị Mai.

Mai Chào anh Hải. Anh làm gì ở đây?

Hải Tôi học tiếng Anh. Còn chị?

Mai Tôi học tiếng Pháp. Anh học tiếng Anh ở đây bao lâu rồi?

Hải Hơn một năm rồi. Còn chị, chị học ở đây bao lâu rồi?

Mai Khoảng bốn tháng rồi. Tôi học từ 5 giờ rưỡi chiều đến 7 giờ tối.

Hải Tôi cũng vậy. Chị học mấy buổi một tuần?

Mai Ba buổi một tuần: tối thứ hai, tối thứ tư và tối thứ sáu. Thôi, sắp đến giờ học rồi. Chào anh.

Hải Vâng, chào chị.

2. Thực hành nói - Oral Practice

2.1 Thay thế - *Substitution*

A Bao giờ chị | đi Đà Lạt? / về nước / đi Nhật

B Anh ấy sắp | đi Hà Nội. / đến Việt Nam / về nước

C Chị sẽ ở | Đà Lạt / Hà Nội / Hàn Quốc | bao lâu?

D Để tôi | xem. / nói / ngủ

E Anh học từ | mấy giờ / thứ mấy / ngày nào / tháng mấy | đến | mấy giờ? / thứ mấy / ngày nào / tháng mấy

2.2 Nhìn vào thời khoá biểu của Lan và nói ngày nào Lan học gì, làm gì, từ thứ mấy đến thứ mấy, v.v. - *Look at Lan's schedule and say what she has to do each day*

VD: - Lan học 6 ngày một tuần. Từ thứ hai đến thứ bảy.
- Lan học Anh văn 3 buổi một tuần, vào sáng thứ hai, sáng thứ tư và sáng thứ sáu.

		Thứ hai	Thứ ba	Thứ tư	Thứ năm	Thứ sáu	Thứ bảy	Chủ nhật
Buổi sáng	7:00 – 8:45	Anh văn	Văn học	Anh văn	Văn học	Anh văn		Nghỉ
	9:00 – 10:45	Nhạc	Vi tính	Nhạc	Vi tính		Lịch sử	
Buổi chiều	1:00 – 2:45	Lịch sử	Địa lý		Địa lý			Nghỉ
	3:00 – 4:45	Văn học						

2.3 Nhìn vào bảng dưới đây. Thực hành nói theo mẫu sau - *Look at the table below. Practice speaking using the following sentence as an example*

VD: Nam đi Đà Lạt từ thứ ba tuần này. Anh ấy sẽ về vào thứ năm tuần sau.

Tên	Địa điểm	Ngày đi	Ngày về	Tuần đi	Tuần về
Nam	Đà Lạt	Thứ ba	Thứ năm	Tuần này	Tuần sau
Mai	Cần Thơ	Thứ hai	Thứ sáu	Tuần trước	Tuần này
Dũng	Huế	Thứ bảy	Chủ nhật	Tuần trước	Tuần sau
Hoa	Hà Nội	Thứ tư	Thứ bảy	Tuần này	Tuần sau

2.4 Thực tập hỏi về các ngày trong tháng - *Practice asking about the days of the month*

VD: Tháng này có bao nhiêu ngày? – Có 30 ngày.
Tháng này có mấy ngày thứ hai? – Có bốn ngày.
Ngày 22 là thứ mấy? – Ngày 22 là thứ sáu.

Thứ hai		*4*	*11*	*18*	*25*
Thứ ba		*5*	*12*	*19*	*26*
Thứ tư		*6*	*13*	*20*	*27*
Thứ năm		*7*	*14*	*21*	*28*
Thứ sáu	*1*	*8*	*15*	*22*	*29*
Thứ bảy	*2*	*9*	*16*	*23*	*30*
Chủ nhật	*3*	*10*	*17*	*24*	

3. Từ vựng - Vocabulary

3.1 Điền từ vào chỗ trống thích hợp - *Choose the appropriate words to fill in the blanks*

về, ăn sáng, lúc, ăn trưa, bơi, tuần trước

Chủ nhật (1)________________ tôi và bạn tôi đi Vũng Tàu. Chúng tôi đến Vũng Tàu (2) __________ 8 giờ sáng. Tôi và bạn tôi (3)____________. Sau đó chúng tôi đi bơi. Chúng tôi (4) _______đến 12 giờ trưa. Chúng tôi (5) _________ và nghỉ trưa đến 2 giờ chiều. Sau đó bạn tôi đi bơi, còn tôi đi tham quan thành phố Vũng Tàu. Bốn giờ chiều, chúng tôi bắt đầu (6) ________. Chúng tôi về đến Thành phố Hồ Chí Minh lúc 7 giờ tối. Chúng tôi hơi mệt nhưng rất vui.

3.2 **Chọn từ thích hợp để hoàn chỉnh các câu dưới đây** - *Choose the appropriate words to complete the following sentences*

sớm, nhiều, rỗi, buồn

1. Hôm nay cô ấy không vui. Anh có biết tại sao cô ấy ____________ không?
2. Anh ấy thường đi học muộn, nhưng hôm nay anh ấy đi học ____________ .
3. Sáng nay ông ấy rất bận. Ông ấy không ____________ để gặp anh.
4. Anh ấy có ít tiền. Anh ấy phải làm việc để có ____________ tiền.

3.3 **Tìm danh từ/cụm danh từ chỉ thời gian trong những câu dưới đây** - *Find the nouns/noun phrases that indicate time in the following sentences*

1. Chủ nhật tuần trước tôi và chị Mai đã đi nhà thờ.
2. John đã đến Việt Nam tháng giêng năm nay.
3. Tháng sau tôi sẽ về nước.
4. Chúng tôi sẽ đi Nha Trang chiều thứ bảy tuần sau.
5. Năm sau chúng tôi sẽ đi du lịch ở Trung Quốc.
6. Chúng tôi đã gặp anh ấy ở Hà Nội hôm qua.

4. Thực hành nghe - Listening Comprehension

4.1 **Nghe cuộc đối thoại giữa Chi và Tuấn ở sân bay, sau đó trả lời câu hỏi** - *Listen to the dialogue between Chi and Tuân at the airport, then answer the following questions*

1. Bao giờ Tuấn về nước?
   a. tháng 7 năm sau   b. tháng 8 năm sau
2. Năm sau về nước, Tuấn sẽ ở bao lâu?
   a. hai tháng   b. một năm
3. Bao giờ bạn của Tuấn về Việt Nam?
   a. tháng sau   b. tuần sau

4.2 **Nam gặp ông chủ cửa hàng để xin lĩnh lương. Nghe đoạn đối thoại giữa hai người và điền các từ sau đây vào chỗ trống** - *Nam meets his boss to ask about his salary. Listen to their dialogue and choose the appropriate words in the box to fill in the blanks*

ngày 30, sân bay, buổi sáng, tuần sau, hôm nay, đến, tháng trước

Nam	Xin lỗi ông, ông cho tôi nhận lương. (1) ______ là ngày 30 rồi.
Ông chủ	(2) ______ rồi à? Nhanh quá. Tôi nhớ là đã trả lương cho anh rồi.
Nam	Dạ, không phải. Đó là lương của (3) ______ ạ.
Ông chủ	Nhưng bây giờ muộn quá rồi. Bốn giờ rưỡi rồi. Tôi phải về. Thứ hai (4) ______ , được không?
Nam	Dạ, được. Nhưng thứ hai tuần sau ông sẽ ở đây từ mấy giờ (5) ______ mấy giờ?
Ông chủ	(6) ______ . Từ 8 giờ đến 10 giờ 30.
Nam	Thưa ông, lúc đó tôi bận. Tôi phải đi (7) ______ .
Ông chủ	Vậy hả?!

5. Thực hành viết - Written Practice

5.1 **Viết lại cho đúng các câu sau** - *Rearrange the following words to form correct sentences*

1. sắp / tôi / Hà Nội / đi .

______

2. năm sau / đến đây / bạn tôi / sẽ .

______

3. thứ bảy / thứ hai / từ / làm việc / tôi / đến .

______

4. học / anh ấy / từ / sáng / chiều / đến .

______

5. đến / bạn tôi / Việt Nam / sắp .

______

5.2 **Chọn từ thích hợp (sắp, sẽ) điền vào chỗ trống** - *Complete the following sentences by writing "sắp" or "sẽ" in the blanks*

1. Tháng sau bạn tôi ________ đến Việt Nam.
2. ________ đến giờ học rồi.
3. Ngày mai tôi ________ thức dậy sớm.
4. Ông bà Thompson ________ về nước rồi, anh có đến chào tạm biệt họ không?
5. Cô giáo ________ đến rồi.
6. Năm sau anh ấy ________ đến Việt Nam học tiếng Việt trong 3 tháng.

5.3 **Chuyển các câu sau thành câu hỏi với các từ "bao giờ", "bao lâu", "mấy"** - *Transform the following sentences into questions by using "bao giờ", "bao lâu" or "mấy"*

VD: Tuần sau tôi đi Đà Lạt.
→ Bao giờ anh đi Đà Lạt?

1. Tôi sống ở khách sạn đó 2 tháng.

   ____?
2. Anh ấy học tiếng Việt 3 buổi một tuần.

   ____?
3. Tôi sẽ ở Hà Nội 2 tuần.

   ____?
4. Tuần trước mẹ tôi đã đi thăm bạn ở Hà Nội.

   ____?
5. Tháng 12 năm nay, cô Hà và cô Lan sẽ bắt đầu làm việc ở Biên Hòa.

   ____?
6. Chúng tôi đã học ở trường này từ tháng 4.

   ____?

5.4 Hoàn thành câu - *Complete the sentences*

1. Anh ấy sắp ________________________________, phải không?
2. Chị sẽ ________________________________ bao lâu?
3. Ông ấy ________________________________ bao giờ?
4. Bao giờ anh ________________________________?
5 Anh sẽ học tiếng Việt ________________________________?

5.5 Trả lời câu hỏi - *Answer the following questions*

1. Bạn bắt đầu học tiếng Việt từ bao giờ?

____

2. Bạn đã học tiếng Việt bao lâu rồi?

____

3. Bạn học tiếng Việt mấy buổi một tuần?

____

4. Bạn sẽ đi du lịch ở đâu? Bao giờ bạn đi?

____

5.6 Viết chính tả - *Dictation*

Mai đang học tiếng Pháp ở một trung tâm ngoại ngữ. Cô ấy học một tuần ba buổi: tối thứ hai, tối thứ tư và tối thứ sáu. Lớp học của cô ấy bắt đầu từ 5 giờ rưỡi chiều và kết thúc lúc 7 giờ tối. Ban ngày đi làm việc, buổi tối đi học thêm ngoại

ngữ, nên cô ấy không có nhiều thời gian để xem phim hay đọc sách.

6. Ghi chú - Notes

1. sắp

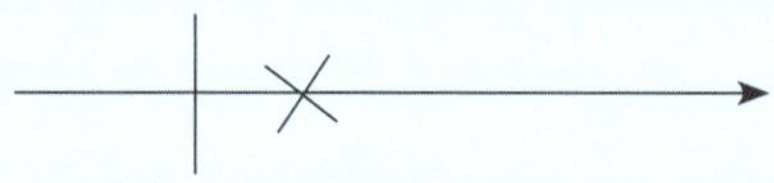

(a) Anh ấy sắp đến.
He will arrive (be arriving) soon.

(b) Tôi sắp đi Hà Nội.
I will soon go to Ha Noi.

Phó từ "sắp" biểu thị sự việc diễn ra trong thời gian tới, rất gần so với mốc thời gian nào đó.
"Sắp" is an adverb of time, used to indicate an action that will happen in the very near future from a certain point of time.

2. sẽ

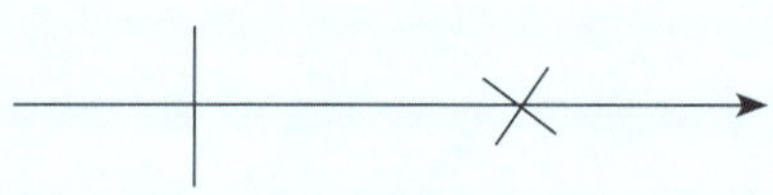

(a) Tháng sau, tôi sẽ về nước.
I will go back to my country next month.

(b) Anh sẽ ở Hà Nội bao lâu?
How long will you stay in Hà Nội?

Phó từ "sẽ" biểu thị sự việc diễn ra trong tương lai.
"Sẽ" is an adverb used to indicate an action that will happen in the future.

3. để

(a) Nó mệt, để nó ngủ.
He is tired, let him sleep.

(b) Để tôi xem.
Let me see.

Động từ "để" có nghĩa "không cản trở ai làm cái gì đó", thường được dùng trong câu biểu thị ý cầu khiến.
The verb "để" which means, "do not prevent someone from doing something", is often used in imperative sentence.

4. bao lâu

(a) Chị sẽ ở Đà Lạt bao lâu?
How long will you stay in Đà Lạt?
- Một tuần.
- One week.

(b) Anh đã học tiếng Việt bao lâu?
How long have you been studying Vietnamese?
- Sáu tháng.
- Six months.

"Bao lâu" dùng để hỏi về một khoảng thời gian nào đó. VD: (a), (b).
The interrogative word "bao lâu" is used to ask about a length of time. Ex. (a), (b).

(c) Cô ở Việt Nam bao lâu rồi?
How long have you been (lived) in Vietnam?
- Một năm rồi.
- One year.

"Bao lâu rồi" dùng để hỏi thời gian diễn ra của một hành động/trạng thái tính đến thời điểm nói. VD: (c).
"Bao lâu rồi" is used to ask about the time of an action or a state which has happened or has been happening (up to the time of speaking). Ex. (c).

5. bao giờ

(a) Bao giờ anh đi? *When will you go?*
- Ngày mai. *- Tomorrow.*

(b) Anh đi bao giờ? *When did you go?*
- Hôm qua. *- Yesterday.*

"Bao giờ" được dùng để hỏi về một thời điểm. Khi được đặt ở đầu câu, "bao giờ" được dùng để hỏi về thời điểm trong tương lai, VD (a). Khi được đặt ở cuối câu, "bao giờ" được dùng để hỏi về thời điểm trong quá khứ, VD (b).
"Bao giờ" is used to ask about a point of time. Placed at the beginning of an interrogative sentence, "bao giờ" is used to ask the time of an action that will happen in the future, Ex. (a). When it is placed at the end of an interrogative sentence, "bao giờ" is used to ask the time of an action or a state that has happened already, Ex. (b).

Bài 8 Cô đi thẳng đường này

Go straight ahead on this street

- **Cách nói về địa điểm, nơi chốn** - *Ways to talk about location and giving directions*
- **Phó từ** - *Adverbs:* **mới, lắm**
- **Kết cấu** - *Construction:* **không . . . đâu**
- **Từ chỉ yêu cầu, mệnh lệnh** - *Imperative word:* **đi**
- **Trợ từ cuối câu** - *Final particle:* **hả**

1. Hội thoại - Dialogues

1.1 Yoko hỏi đường đi đến bưu điện - *Yoko asks the way to the post office*

Yoko Xin lỗi, anh làm ơn cho hỏi thăm.

Người đi đường Dạ, cô hỏi gì?

Yoko Bưu điện ở đâu ạ?

Người đi đường Bưu điện Thành phố, phải không? Cô đi thẳng đường này. Đến ngã tư thì rẽ trái. Bưu điện ở bên phải.

Yoko Từ đây đến đó có xa không, anh?

Người đi đường Không xa lắm đâu. Chỉ khoảng 200 mét.

Yoko Nhưng tôi mới hỏi một người. Người đó nói là còn xa lắm.

Người đi đường Không phải đâu. Cô đi thẳng đường này đi. Không lạc đường đâu.

1.2 Vợ chồng Tân đang trên đường đi đến chợ Nancy - *Tân and his wife are on the way to Nancy market*

Tân Ôi, nặng quá! Mình kêu xích lô đi, em.

Xuân Tốn tiền lắm. Sắp đến nơi rồi. Đến ngã tư, em sẽ hỏi cảnh sát.

Tân Ừ, cảnh sát đang đứng kìa. Em hỏi đi!

Xuân Dạ, xin lỗi, anh làm ơn cho hỏi: Chợ Nancy có gần đây không ạ?

Cảnh sát Chợ Nancy hả? Chị đi thẳng đường này. Đến ngã tư thứ hai, rẽ trái. Đi thêm khoảng 500 mét nữa, rẽ phải. Sau đó, đi thêm khoảng 200 mét nữa thì đến.

Xuân Vậy, từ đây đến đó còn khoảng bao nhiêu mét?

Cảnh sát À, để xem . . . Có lẽ khoảng hai cây số.

Xuân Cám ơn anh.

Tân Hai cây số. Xa quá!

Xuân Không xa lắm đâu. Đi đi, anh.

Tân Nhưng túi xách này nặng quá!

Xuân Để em mang cho . . . Ồ, nặng quá! Có lẽ mình phải kêu xích lô . . .

2. Thực hành nói - Oral Practice

2.1 Thay thế - *Substitution*

A Anh hỏi / nói / trả lời / đi đi!

B Bà làm ơn cho hỏi thăm: khách sạn Quê Hương / chợ Bến Thành / bưu điện Thành phố / bệnh viện Nguyễn Trãi ở đâu ạ?

B	Bà làm ơn cho hỏi thăm:	khách sạn Quê Hương	ở đâu ạ?
		chợ Bến Thành	
		bưu điện Thành phố	
		bệnh viện Nguyễn Trãi	

C	Chị đi thẳng đường này. Đến ngã tư	đầu tiên	thì rẽ phải.
		thứ hai	
		thứ ba	

D	Xin lỗi, gần đây có	bệnh viện	không ạ?
		tiệm sửa xe	
		nhà vệ sinh	
		trạm xe buýt	

E	Từ	nhà anh	đến	trường	có xa lắm không?
		khách sạn		trạm xe buýt	
		đây		đó	

2.2 **Nhìn vào bản đồ và chỉ đường cho A và B đến nơi họ muốn đến** - *Look at the map and give directions to the places where A and B want to go to*

1. Ngân hàng 2. Nhà thờ 3. Bưu điện 4. Chợ Bến Thành

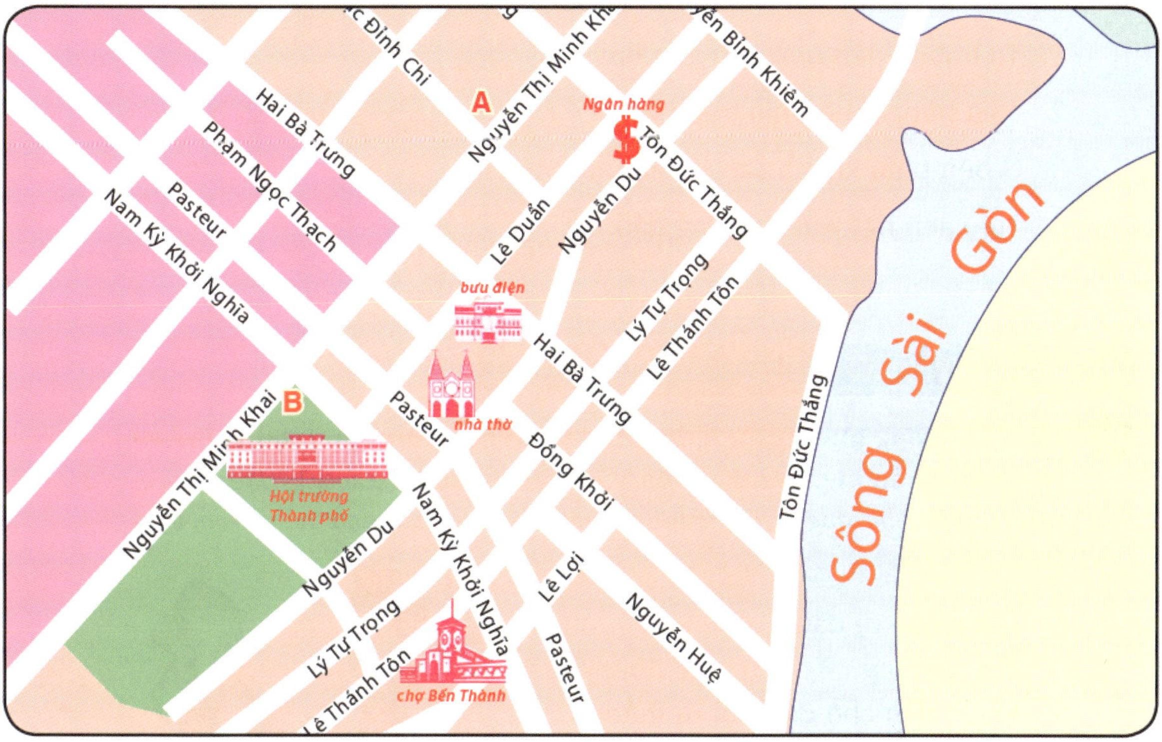

3. Từ vựng - Vocabulary

3.1 **Chọn từ điền vào chỗ trống** - *Choose the appropriate words to fill in the blanks*

tiệm ăn, bên trái, xa, đến

Từ trường (1)__________ khách sạn tôi đang ở không (2)__________ lắm. Khách sạn đó ở gần ngã tư Hai Bà Trưng – Lê Thánh Tôn. Đối diện với khách sạn là trạm xe buýt. Ở bên phải khách sạn là một (3)__________ nhỏ. Buổi sáng tôi thường đến đó để ăn sáng. Còn ở (4)__________ khách sạn là một nhà hàng lớn. Tôi chưa vào nhà hàng này vì bạn tôi nói là nhà hàng đó đắt lắm.

3.2 **Chọn từ thích hợp để hoàn chỉnh các câu dưới đây** - *Choose the appropriate words to complete the following sentences*

bên trái, phía sau, xa, nhẹ

1. Từ trường đến nhà anh gần hay ___________ ?
2. Nhà hàng đó ở phía trước hay ________________ của khách sạn?
3. Ở bên phải khách sạn là nhà hát, còn ở ___________ khách sạn là bưu điện.
4. Túi xách này không nặng đâu. Nó ____________ lắm.

4. Thực hành nghe - Listening Comprehension

4.1 **Lan hỏi đường một người hơi nặng tai. Nghe đoạn hội thoại giữa Lan và người đi đường, sau đó chọn câu trả lời đúng** - *Lan asks directions from a person who is hard of hearing. Listen to the dialogue between Lan and the person, then choose the correct answers*

1. Lan muốn đi đâu?
   a. nhà hàng   b. ngân hàng
2. Muốn đến chỗ đó phải đi thẳng, đến ngã tư thứ hai thì . . .
   a. rẽ trái   b. rẽ phải
3. Có thể đi bộ đến đó được không?
   a. được   b. không được

4.2 **Một người muốn đến bưu điện. Anh ấy hỏi một người đi đường. Nghe cuộc hội thoại giữa họ, sau đó chọn câu trả lời đúng** - *On the street, a man asks a passer-by the way to the post office. Listen to their dialogue, then choose the appropriate answers*

1. Muốn đến bưu điện, đầu tiên phải đi thẳng đến _______________.
   a. ngã tư thứ hai   b. ngã tư thứ ba
2. Sau đó ___________________ .
   a. rẽ trái   b. rẽ phải
3. Bưu điện ở ______________ , gần nhà thờ.
   a. bên trái   b. bên phải

5. Thực hành viết - Written Practice

5.1 Dùng từ "mới" để viết lại các câu dưới đây - *Rewrite the following sentences using the word "mới"*

1. Tôi đến Việt Nam tuần trước. ➡ Tôi mới đến Việt Nam tuần trước.
2. Tôi gặp anh ấy hôm qua. ➡ ____________
3. Bà ấy về nước hôm thứ năm. ➡ ____________
4. Sáng nay tôi đi ngân hàng. ➡ ____________
5. Anh Bình kêu xích lô về nhà. ➡ ____________
6. Cô ấy đến Hà Nội thứ ba tuần này. ➡ ____________

5.2 Dùng "không . . . đâu" để viết câu trả lời phủ định cho các câu hỏi sau đây - *Use the structure "không . . . đâu" to write negative answers for the following questions*

VD: Từ đây đến trường có xa lắm không?
→ Không xa lắm đâu.

1. Chúng ta có đi lạc đường không?
____
2. Từ trường đến Nhà hát Thành phố có gần không?
____
3. Bưu điện Thành phố ở đường này, phải không ạ?
____
4. Gần đây có tiệm sửa xe không ạ?
____
5. Gần đây có bệnh viện không?
____

5.3 **Xem các tình huống dưới đây. Dùng từ "đi" ở cuối câu để đưa ra đề nghị hoặc mệnh lệnh của bạn** - *Use the word "đi" at the end of sentences to express a suggestion or imperative in the following situations*

VD: Bạn muốn người đạp xích lô dừng lại để bạn gọi điện thoại.
→ Dừng lại đi!

1. Bạn muốn mời các bạn trong lớp đến nhà bạn chơi.
   → Các bạn ______
2. Bạn muốn mời Lâm đi uống cà phê ở một tiệm đối diện với trường.
   → Chúng ta ______
3. Từ đây đến chợ Bến Thành khá xa. Bạn đề nghị Mai gọi một chiếc taxi.
   → Chị ______
4. Ở góc ngã tư Điện Biên Phủ – Mạc Đĩnh Chi có một tiệm ăn ngon. Bạn muốn mời Hùng đến đó ăn tối.
   → Chúng ta ______

5.4 **Hoàn chỉnh các câu dưới đây (Dùng từ "lắm" và từ gợi ý trong ngoặc)** - *Complete the following sentences using the word "lắm" and the suggested words in the brackets*

1. *(gần)* Từ ngã tư Hai Bà Trưng – Lê Duẩn đến trường gần lắm.
2. *(ngon)* Đường này có nhiều ______
3. *(xa)* Từ nhà tôi đến ______
4. *(lớn)* Ở bên phải khách sạn có một ______
5. *(không xa)* Bà ấy nói là ______

5.5 **Thêm từ "ạ" để biểu thị ý lịch sự, kính trọng vào cuối mỗi câu dưới đây** - *Add the particle "ạ" at the end of the following sentences to express politeness and respect*

1. Xin lỗi, nhà vệ sinh ở đâu?

   → ______________________________

2. Ông có muốn gọi tắc xi không?

   → ______________________________

3. Đến ngân hàng, phải đi thẳng đường này, phải không?

   → ______________________________

4. Dạ, không phải. Ngân hàng đó không ở gần nhà sách đâu.

   → ______________________________

5. Từ đây đến tiệm sửa xe đó có xa không?

   → ______________________________

5.6 **Hoàn thành các mẩu đối thoại dưới đây. Dùng từ "hả" để hỏi lại điều mình chưa rõ** - *Complete the following dialogues. Use the particle "hả" to clarify something in doubt*

VD: A: Anh đi thẳng đường này đi!
B: Đi thẳng đường này hả?

1. A: Tôi gọi tắc xi rồi.

   B: ______________________________?

2. A: Ở góc đường này có một trạm xăng.

   B: ______________________________?

3. A: Chị ấy không biết nhà sách ở đâu.

   B: ______________________________?

4. A: Từ đây đến đó khoảng 100 mét.

   B: ______________________________?

5.7 Viết chính tả - *Dictation*

Khách sạn Bình Minh là một khách sạn lớn của Thành phố Hồ Chí Minh. Khách sạn này ở góc ngã tư Trần Hưng Đạo – Phạm Viết Chánh. Gần khách sạn này là trạm xăng. Bên cạnh khách sạn là Công ty Du lịch Thanh Niên.

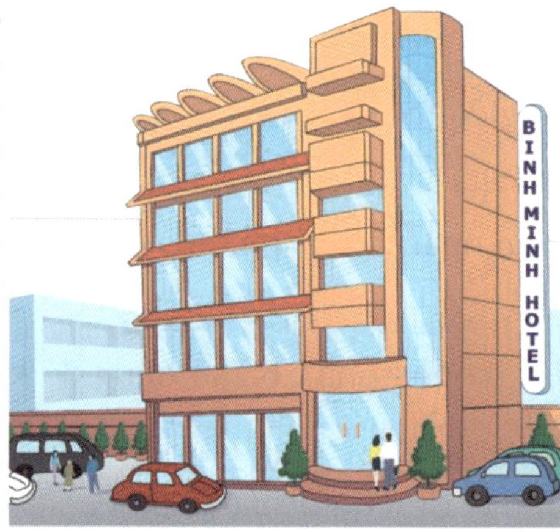

6. Ghi chú - Notes

1. mới

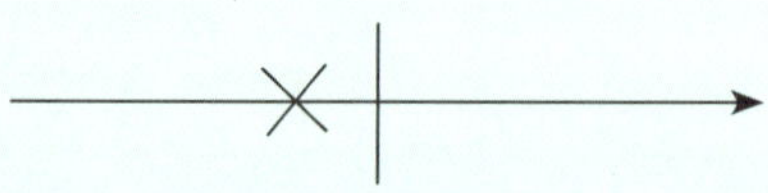

(a) Cô Mai mới đi Hà Nội hôm qua.
Ms. Mai just went to Hà Nội yesterday.

(b) Tôi mới nói chuyện với anh ấy.
I just talked with him.

Phó từ "mới" biểu thị sự việc diễn ra không lâu trước một mốc thời gian nào đó
"Mới" is an adverb used to indicate an action that happened in the very recent past from a certain point of time.

2. lắm

(a) Nhà tôi ở xa lắm. - *My house is far away.*
(b) Sách này hay lắm. - *This book is very good.*
(c) Từ đây đến bệnh viện không xa lắm. - *It is not very far to the hospital from here.*

Phó từ "lắm" chỉ mức độ được đánh giá là cao, thường được dùng trong khẩu ngữ, VD (a), (b). Trong câu phủ định, "lắm" thường được sử dụng thay vì "rất" hoặc "quá".
The adverb "lắm" indicates a high degree of a quality. It is often used in spoken language, Ex. (a), (b). In negative sentences, "lắm" is often used to replace "rất" or "quá".

3. không . . . đâu

(a) Anh ấy không đến đâu. - *He won't come.*
(b) Không xa lắm đâu. - *It is not very far.*

"Không . . . đâu" được dùng trong câu phủ định nhằm thuyết phục hoặc bác bỏ ý kiến của người đối thoại.
This structure is used in negative sentences to persuade someone or to reject an opinion.

4. đi

(a) Chị nói đi! - *Please speak!*
(b) Anh đi về đi! - *Please go home!*

Phó từ "đi" biểu thị ý mệnh lệnh hoặc đề nghị. Thường được dùng trong khẩu ngữ.
"Đi" is an adverb used to express an imperative or a suggestion in spoken language.

5. ạ

(a) Chào ông ạ. - *Hello, sir.*
(b) Xin lỗi, mấy giờ rồi ạ? - *Excuse me, what time is it?*

Trợ từ cuối câu "ạ" biểu thị ý kính trọng, lịch sự hoặc thân mật.
The particle "ạ" is placed at the end of a sentence to express politeness, respect or intimacy.

6. hả

(a) Xe đến rồi hả? - *Has the car arrived already? (The car arrived already? Yes?)*
(b) Hả, bao nhiêu tiền? - *What? How much (money)?*

Trợ từ "hả" đặt ở đầu câu hay cuối câu để hỏi rõ thêm về điều mà người nói còn đang nghi vấn, thường được dùng trong khẩu ngữ.
The particle "hả" is placed at the beginning or end of a sentence in spoken language to clarify something in doubt.

Bài 9 Tôi nên đi bằng gì?

How should I go?

- **Cách nói về phương tiện di chuyển** - *Ways of talking about means of transportation*
- **Từ nghi vấn** - *Interrogative word:* **nào**
- **Trợ từ** - *Final particles:* **vậy, thôi**
- **Kết cấu** - *Construction:* **nếu . . . thì**

1. Hội thoại - Dialogues

1.1 Tom hỏi Hà về cách đi Nha Trang - *Tom asks Ha how to go to Nha Trang*

Tom Cô Hà, cô cho tôi hỏi một chút, được không?

Hà Dạ, anh Tom muốn hỏi gì?

Tom Tôi muốn đi Nha Trang chơi. Theo cô, tôi nên đi bằng phương tiện gì?

Hà Nha Trang hả? Anh có thể đi bằng máy bay, ô tô hay xe lửa.

Tom Đi bằng máy bay mất bao lâu?

Hà Nếu đi bằng máy bay thì chỉ mất khoảng 1 tiếng thôi.

Tom Còn nếu đi bằng xe lửa?

Hà Thì mất khoảng 9 tiếng. Anh có thể đi chuyến tối.

Tom Chuyến tối . . . Xe lửa chuyến tối khởi hành lúc mấy giờ?

Hà Lúc 8 giờ tối và đến Nha Trang khoảng 5 hay 6 giờ sáng.

1.2 Ở phòng bán vé xe lửa - *At the ticket office*

Tom Chào cô. Tôi muốn mua một vé đi Nha Trang.

Người bán vé Anh muốn đi ngày nào?

Tom Dạ, ngày 20 tháng này.

Người bán vé Có nhiều chuyến đi Nha Trang: chuyến sáng, chuyến tối. Anh muốn đi chuyến nào?

Tom Chuyến tối. Chuyến tối khởi hành lúc 8 giờ, phải không cô?

Người bán vé Dạ, đúng rồi. Anh mua vé một chiều hay vé khứ hồi?

Tom Vé khứ hồi.

Người bán vé Vé ngồi hay vé nằm?

Tom Xin lỗi, cô hỏi gì ạ?

Người bán vé Vé-ngồi-hay-vé-nằm?

Tom À, vé nằm. Bao nhiêu một vé vậy, cô?

Người bán vé 680.000 đồng. Vé của anh đây.

Tom Cám ơn cô.

2. Thực hành nói - Oral Practice

2.1 Thay thế - *Substitution*

A Tôi muốn mua một vé đi
- Nha Trang.
- Hà Nội
- Huế

B Đi bằng
- xe đò
- xe lửa
- xe đạp

mất bao lâu?

		khởi hành	
C	Xe lửa	bắt đầu chạy	lúc mấy giờ?
		đến Nha Trang	

		xe khách	
D	Tôi có thể mua vé	xe lửa	ở đâu?
		máy bay	

		ngày	
E	Anh muốn đi	chuyến	nào?
		xe	

2.2 Đây là bảng giá vé xe lửa, vé máy bay và thời gian đi từ TP. HCM ra Hà Nội. Bạn thích đi bằng phương tiện nào? Tại sao? - *Here is a sign stating the ticket price and travel times from Ho Chi Minh City to Ha Noi by train and airplane. What means of transportation will you use? Why?*

Phương tiện	Giá vé Tp. HCM – Hà Nội		Thời gian
	Một chiều	Khứ hồi	
Xe lửa	1.643.000 đ	3.286.000 đ	33 giờ
Máy bay	3.047.000 đ	6.044.000 đ	1 giờ 45 phút

3. Từ vựng - Vocabulary

3.1 Điền các từ sau đây vào chỗ trống thích hợp - *Choose the appropriate words from the box to fill in the blanks*

mua vé, khứ hồi, bằng, điện thoại, thời gian, xe lửa, chuyến bay

Từ Thành phố Hồ Chí Minh, bạn có thể đi Đà Nẵng, Nha Trang, Huế, Hà Nội bằng xe khách, xe lửa hay máy bay. Nếu bạn không có (1) ____________ thì bạn nên đi (2) ________ máy bay. Giá vé máy bay đắt hơn giá vé (3) ____________, vì đi bằng máy bay nhanh hơn và tiện lợi hơn. Hiện nay, mỗi ngày có nhiều (4) ____________ Tân Sơn Nhất - Nội Bài. Bạn có thể (5) ____________ của hãng Hàng không Việt Nam ở số 15B, đường Đinh Tiên Hoàng, Quận 1, Tp. Hồ Chí Minh, (6) ____________ số 38320320. Một vé máy bay (7) ____________ Tân Sơn Nhất - Nội Bài giá 4.080.000 đồng.

3.2 Chọn từ thích hợp để hoàn chỉnh các câu dưới đây - *Choose the appropriate words to complete the following sentences*

rẻ, xa, lâu, bất tiện, nhanh, nhẹ

1. Đi bằng xe khách chậm hơn đi bằng máy bay nhưng ____________ hơn đi bằng xe lửa.
2. Vé xe lửa đắt hơn vé xe khách nhưng ____________ hơn vé máy bay.
3. Hiện nay giao thông ở Việt Nam khá tiện lợi, không còn ____________ như trước.
4. Đi bằng xe máy thì nhanh, còn đi bằng xe đạp thì ____________ hơn.

3.3 Viết thêm các từ cùng loại - *Add words of the same category to these lists*

1. xe đạp, máy bay, ____________, ____________, ____________, ____________
2. vé máy bay, vé xe buýt, ____________, ____________, ____________
3. nhanh, rẻ, ____________, ____________, ____________, ____________

4. Thực hành nghe - Listening Comprehension

4.1 **Nghe đoạn hội thoại tại phòng bán vé xe lửa. Chọn câu trả lời đúng** - *Listen to the dialogue at the ticket office. Choose the appropriate answers*

1. Anh ấy muốn mua vé đi đâu?
   a. Nha Trang   b. Hà Nội
2. Anh ấy muốn đi ngày nào?
   a. ngày mai   b. tối nay
3. Bao nhiêu tiền một vé?
   a. 1.250.000 đ   b. 1.350.000 đ
4. Mấy giờ xe lửa khởi hành?
   a. 6 giờ tối   b. 8 giờ tối

4.2 **Nghe cuộc hội thoại ở bàn hướng dẫn sân bay Tân Sơn Nhất. Chọn câu trả lời đúng** - *Listen to the dialogue at the information desk of Tan Son Nhat airport. Choose the appropriate answers*

1. Anh ấy muốn biết chuyến bay từ đâu đến đâu?
   a. TP. HCM – Bangkok
   b. Bangkok – TP. Hồ Chí Minh
2. Chuyến bay thứ nhất đến Tân Sơn Nhất lúc mấy giờ?
   a. 2 giờ   b. 12 giờ
3. Chuyến bay thứ nhất số mấy?
   a. TG 816   b. VN 715
4. Chuyến bay thứ hai đến lúc mấy giờ?
   a. 12 giờ   b. 2 giờ

5. Thực hành viết - Written Practice

5.1 Chọn từ thích hợp để viết lại các câu dưới đây - *Choose the appropriate word to rewrite the following sentences*

1. Chị đang đọc (gì/nào) đấy?

____

2. Sinh nhật cô là ngày (gì/nào)?

____

3. Chị ấy sẽ đến đây bằng (gì/nào)?

____

4. Anh muốn đi chuyến (gì/nào)?

____

5. Vé (gì/nào) rẻ hơn. Vé xe lửa hay vé xe khách?

____

5.2 Sắp xếp lại vị trí các từ thành câu đúng - *Rearrange the following words to form correct sentences*

VD: tôi / cho / cô / được / hỏi một chút / không ?
→ Cô cho tôi hỏi một chút, được không?

1. theo / tôi / nên / cô / đi bằng gì ?

____

2. hôm qua / tôi / bằng / xe máy / đi học .

____

3. ở đâu / Tân Sơn Nhất / sân bay / chị / không / biết ?

____

4. 6 giờ rưỡi / chuyến tối / lúc / khởi hành .

____

5. đất / phải không / vé nằm / hơn / vé ngồi ?

____

5.3 Chuyển các câu sau sang câu hỏi (dùng "ai", "gì", "ở đâu", "bao giờ" . . .)

- Trasform the following sentences into questions by using "ai", "gì", "ở đâu" or "bao giờ" . . .

VD: Anh ấy đi Hà Nội bằng máy bay.

→ Anh ấy đi Hà Nội bằng gì?

1. Ông ấy đi làm bằng xe đạp.

   ____

2. Ga xe lửa ở đường Nguyễn Thông.

   ____

3. 6 giờ sáng, xe khách đến Đà Nẵng.

   ____

4. Anh Tom muốn mua vé khứ hồi.

   ____

5. Chuyến xe lửa đi Hà Nội đã khởi hành lúc 6 giờ 5 phút.

   ____

5.4 Dùng "chỉ . . . thôi" viết lại các câu sau - *Rewrite the following sentences by using the structure "chỉ . . . thôi"*

VD: Cô ấy hỏi đường đến khách sạn.

→ Cô ấy chỉ hỏi đường đến khách sạn thôi.

1. Vé máy bay đi Bangkok giá 150 đô la Mỹ.

   ____

2. Phòng bán vé máy bay đó làm việc đến 4 giờ chiều.

   ____

3. Chuyến bay từ Paris đến TP. Hồ Chí Minh mất 12 tiếng rưỡi.

   ____

4. Vé máy bay khứ hồi đi Hà Nội giá 6.044.000 đồng.

   ____

5. Tôi đi đến trường mất 10 phút.

   ____

5.5 Dùng "nếu . . . thì . . ." nối hai câu lại với nhau - *Link two sentences by using the structure "nếu . . . thì . . ."*

VD: Tôi sẽ đi du lịch Hà Nội / Tôi rảnh.
→ Nếu (tôi) rảnh thì tôi sẽ đi du lịch Hà Nội.

1. Đi Vũng Tàu bằng xe khách / Mất khoảng hai tiếng rưỡi.

   ____

2. Tôi ở nhà đọc sách / Tôi có thì giờ rảnh.

   ____

3. Tôi sẽ đi du lịch Hawaii bằng tàu thủy / Tôi là tỷ phú.

   ____

4. Cô đến ga sớm / Xin cô chờ tôi.

   ____

5.6 Hoàn thành các câu sau - *Complete the following sentences*

1. Theo cô, tôi nên đi ______________________________?
2. Anh nên đi Huế bằng ______________ vì ______________.
3. Tôi sẽ đi du lịch nước ngoài nếu ______________________.
4. Nếu họ đi bằng ______________ thì họ sẽ đến đây ______________.
5. Nếu không ______________ thì ______________.

5.7 Viết chính tả - *Dictation*

Nha Trang là một thành phố biển, cách Thành phố Hồ Chí Minh khoảng 450 km về phía bắc. Từ Thành phố Hồ Chí Minh, bạn có thể đi Nha Trang bằng máy bay, xe khách hay xe lửa. Đi bằng xe lửa thì mất khoảng 10 tiếng. Bạn

có thể đi chuyến tối. Chuyến tối khởi hành lúc 20 giờ. Nhiều người thích đi du lịch ở Nha Trang vì biển Nha Trang rất đẹp.

6. Ghi chú - Notes

1. nào

(a) Anh muốn đi ngày nào? - *Which day would you like to go?*
(b) Chị biết người nào trong lớp này? - *Which person do you know in this class?*

Đại từ nghi vấn "nào" dùng sau danh từ để tạo câu hỏi biệt loại.
"Nào" is an interrogative pronoun, placed after a noun to form a question of selection (choice).

2. vậy

(a) Tất cả bao nhiêu tiền vậy, cô? - *All together how much does it cost, Miss?*
(b) Ga Sài Gòn ở đâu vậy? - *Where is the Saigon station?*

Trợ từ cuối câu "vậy" dùng để hỏi rõ hơn về điều đang được nói đến.
The particle "vậy" is placed at the end of the sentence to ask more clearly about what is being spoken about.

3. thôi

(a) Còn 1 km nữa thôi. - *It is just one more kilometer.*
(b) Tôi chỉ có 5 ngàn đồng thôi. - *I have only 5 thousand đồng.*

Trợ từ "thôi" nhấn mạnh sự hạn chế về phạm vi, mức độ của điều vừa nói đến, VD (a). "Thôi" thường kết hợp với "chỉ", VD (b).
The particle "thôi" emphasizes the limit of what has just been spoken about, Ex. (a). "Thôi" usually combines with "chỉ", Ex. (b).

4. nếu . . . thì . . .

(a) Nếu đi bằng xe lửa thì mất khoảng 12 tiếng.
  - If you go by train, it will take about 12 hours.
(b) Nếu có tiền thì tôi sẽ đi du lịch nước ngoài.
  - If I had the money, then I would go travelling abroad.

Kết cấu "nếu . . . thì . . ." biểu thị quan hệ điều kiện-kết quả.
This structure is used to indicate the relationship between condition and result.

Bài 10 Gia đình chị có mấy người?

How many people are there in your family?

- **Cách nói về gia đình** - *Ways to talk about family*
- **Kết cấu** - *Constructions:* **đã . . . chưa, nào . . . cũng**
- **Phó từ** - *Adverbs:* **cùng, còn**
- **Đại từ nhân xưng** - *First person plural personal pronouns:* **chúng tôi, chúng ta**

1. Hội thoại - Dialogues

1.1 **Mai và Lan làm quen nhau trên xe lửa và hỏi chuyện nhau về gia đình** - *Mai and Lan are getting to know each other on a train. They are asking about their families*

Mai Gia đình chị có mấy người?

Lan Hả? Chị hỏi gì?

Mai Gia đình chị có mấy người?

Lan Gia đình tôi hả? Có 5 người: ba má tôi, tôi và hai em trai.

Mai Ba má chị làm gì?

Lan Ba tôi là giáo viên. Còn má tôi là nội trợ.

Mai Hai em của chị làm gì?

Lan Hai em tôi còn đi học. Một đứa là sinh viên năm thứ nhất, một đứa là học sinh lớp 8. Còn gia đình chị có mấy người?

Mai Mười hai người.

Lan Hả? Bao nhiêu?

1.2 Hải và Bình là bạn học cũ, lâu ngày mới gặp lại - *Hai and Binh are old school friends. They've just met again after a long time.*

Bình Chào anh Hải. Lâu quá không gặp anh.
Hải Chào anh Bình. Lâu quá không gặp. Anh khoẻ không?
Bình Cám ơn anh. Tôi bình thường. À, anh có gặp cô Lan, học cùng lớp 12 với chúng ta không?
Hải À, có. Ngày nào tôi cũng gặp cô ấy.
Bình Cô ấy đã có gia đình chưa?
Hải Rồi. Cô ấy có gia đình rồi.
Bình Vậy hả? Chồng cô ấy là ai vậy?
Hải À... Một người rất quen.

2. Thực hành nói - Oral Practice

2.1 Thay thế - *Substitution*

A

Anh ấy		ăn sáng	
Các bạn	đã	đi Hà Nội	chưa?
Các anh		gặp ông ấy	

B

	người?
Gia đình chị có mấy	anh em
	anh chị em

C

Ba má	
Anh trai	chị làm gì?
Em gái	

D

	đi du lịch ở Việt Nam.
Chúng tôi cùng	làm việc ở bưu điện
	học một lớp

2.2 Hãy giới thiệu gia đình ông Tân theo sơ đồ dưới đây - *Look at the sketch and introduce Tân's family.*

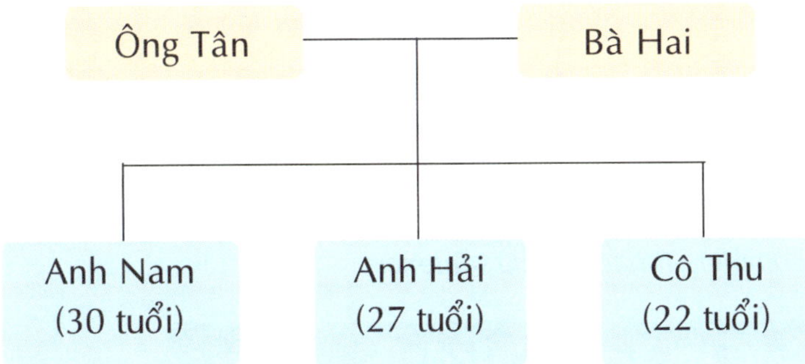

1. Ông Tân là ________ của bà Hai.
2. Bà Hai là ________ của ông Tân.
3. Anh Nam là ________ của anh Hải và cô Thu.
4. Anh Hải là ________ của anh Nam và là ________ của cô Thu.
5. Cô Thu là ________ của anh Nam và anh Hải.

2.3 Hãy giới thiệu về gia đình của bạn - *Introduce your family, using có mấy người? làm gì? sống ở đâu?*

3. Từ vựng - Vocabulary

3.1 Điền các từ thích hợp sau đây vào chỗ trống - *Fill in the blanks with the appropriate words*

tài xế, học sinh, giàu, thư ký, học, gia đình, độc thân, con út

Xin chào các bạn. Tôi tên Lê Thị Thu Hà. Năm nay tôi 17 tuổi. Tôi là (1) ________ lớp 12 trường Nguyễn Thị Minh Khai. (2) ________ tôi có 6 người: ba má tôi, hai chị gái, một anh trai và tôi. Tôi là (3) ________ trong gia đình. Ba tôi là (4) ________ ở Công ty Du lịch Sài Gòn. Mẹ tôi bán trái cây ở chợ Bến Thành. Chị cả tôi là giáo viên. Chị thứ hai của tôi là (5) ________. Chị ấy cũng làm ở Công ty Du lịch Sài Gòn. Chị ấy chưa có gia đình. Chị ấy còn (6) ________. Anh thứ ba của tôi là sinh viên. Anh ấy (7) ________ ở Đại học Kinh Tế. Chúng tôi không (8) ________ nhưng sống rất hạnh phúc.

3.2 Viết thêm các từ cùng loại với các từ sau đây - *Add words of the same nature as the following words*

1. em gái, ____________, ____________, ____________, ____________
2. chợ, ____________, ____________, ____________, ____________
3. hạnh phúc, ____________, ____________, ____________, ____________

3.3 Chọn từ thích hợp để hoàn chỉnh các câu dưới đây - *Choose the appropriate words from the box to complete the following sentences*

buồn, giàu, vui, lớn, trẻ, bất hạnh, nhỏ tuổi, già

1. Gia đình anh ấy rất nghèo nhưng gia đình bên vợ anh ấy thì rất ________ .
2. Bố anh ấy già nhưng mẹ anh ấy thì còn khá ________ .
3. Bà ấy có nhiều tiền nhưng không có hạnh phúc. Bà ấy là một người ________
4. Nếu chọn người để lập gia đình, tôi thích người lớn tuổi hơn mình. Tôi không thích người ____________ hơn mình.

3.4 Dùng "chúng tôi" hoặc "chúng ta" để nói về các tình huống dưới đây - *Use "chúng tôi" or "chúng ta" to talk about the situations below*

1. Gia đình anh ấy sống rất hạnh phúc. Anh ấy nói với bạn anh ấy:

   → Gia đình ____________ sống rất hạnh phúc.
2. Cô ấy muốn đi mua sắm cùng với chồng. Cô ấy nói với chồng:

   → ____________ cùng đi mua sắm đi.
3. Anh ấy và các anh chị em của anh ấy chưa lập gia đình. Anh ấy nói với bạn anh ấy:

   → Anh chị em ____________ chưa lập gia đình.
4. Thầy giáo bị bệnh. Cô ấy nói với các bạn cùng lớp:

   → ____________ đến bệnh viện thăm thầy giáo đi.
5. Ngày nào anh ấy và anh trai của anh ấy cũng thức dậy sớm. Anh ấy nói với bạn anh ấy:

   → Ngày nào ____________ cũng thức dậy sớm.

4. Thực hành nghe - Listening Comprehension

4.1 Nghe đoạn hội thoại và chọn câu trả lời đúng - *Listen to the dialogue and choose the correct answers*

1. Người đàn ông đó tên gì?
   a. Năm b. Lâm
2. Anh ta bao nhiêu tuổi?
   a. 32 tuổi b. 23 tuổi
3. Vợ anh ta bao nhiêu tuổi?
   a. 28 tuổi b. 38 tuổi
4. Anh ta có mấy con?
   a. hai con b. một con

4.2 Nghe đoạn văn sau và chọn câu trả lời đúng - *Listen to the dialogue and choose the correct answers*

1. Anh Hải làm gì ở công ty du lịch?
   a. nhân viên b. giám đốc
2. Anh Hải làm việc ở đó bao lâu rồi?
   a. ba năm b. năm năm
3. Anh Hải có mấy con?
   a. một con gái b. hai con gái
4. Buổi tối anh ấy thường làm gì?
   a. đi uống bia b. đi chơi công viên

5. Thực hành viết - Written Practice

5.1 Chọn câu thích hợp với những câu dưới đây, sau đó viết lại - *Choose appropriate sentences from the boxes to fill in the blanks*

VD: Ba tôi là giáo viên. Năm nay ba tôi 65 tuổi. (1)

A

a. Đây là chị tôi.__________________ ( )

b. ______________________________ ( ) Chồng cô ấy là bạn thân của tôi.

c. Chị hai tôi là y tá. ______________ ( )

d. Gia đình anh ấy nghèo nhưng có đông anh em.

______________________________ ( )

~~1. Năm nay ba tôi 65 tuổi.~~
2. Cô Lan mới lập gia đình.
3. Anh ấy phải làm việc rất nhiều.
4. Chị ấy là sinh viên.
5. Chị ấy làm việc ở bệnh viện Chợ Rẫy.

B

1. Con trai của chị mấy tuổi rồi?
2. Vợ anh ấy làm gì?
3. Cô ấy đã có gia đình chưa?
4. Anh lập gia đình bao lâu rồi?

a. - ______________________________ ( )
- Tôi lập gia đình 6 năm rồi.

b. - ______________________________ ( )
- Chưa. Cô ấy chưa có gia đình.

c. - ______________________________ ( )
- Năm nay nó mới 5 tuổi.

d. - ______________________________ ( )
- Chị ấy cũng là giáo viên tiếng Anh.

5.2 Chọn từ thích hợp ("cùng" hay "cũng") điền vào chỗ trống - *Choose the appropriate word ("cùng" or "cũng") to fill in the blanks*

1. Gia đình chúng tôi muốn ____________ đi du lịch với chị.
2. Họ ____________ ở chung một nhà.
3. Anh là con cả trong gia đình à? Tôi ____________ vậy.
4. Bố tôi là y tá và mẹ tôi ____________ là y tá.
5. Các anh em của tôi ____________ học một trường.

5.3 Dùng từ "cùng" để nối hai câu thành một - *Link two sentences by using the word "cùng"*

VD : Anh Lâm làm việc ở Bệnh viện Sài Gòn. Anh Hải cũng làm việc ở Bệnh viện Sài Gòn.

→ Anh Lâm và anh Hải cùng làm việc ở Bệnh viện Sài Gòn.

1. Vợ anh Hùng 28 tuổi. Vợ anh Toàn cũng 28 tuổi.

   ____

2. Chị anh John ở Khách sạn Sài Gòn. Anh John cũng ở Khách sạn Sài Gòn.

   ____

3. Mẹ tôi bán trái cây ở chợ Bến Thành. Chị tôi cũng bán trái cây ở chợ Bến Thành.

   ____

4. Quê tôi ở Đà Nẵng. Quê chị ấy cũng ở Đà Nẵng.

   ____

5. Gia đình anh Bình đi du lịch ở Thái Lan. Gia đình chị Xuân cũng đi du lịch ở Thái Lan.

   ____

5.4 Chuyển các câu sau đây sang câu hỏi với "đã . . . chưa" - *Transform the following sentences into questions by using the structure "đã . . . chưa"*

VD: Anh ấy đã có gia đình → Anh ấy đã có gia đình chưa?

1. Cô Mai đã có con rồi.

   → ______________________________

2. Em gái anh Bình đã có người yêu rồi.

   → ______________________________

3. Gia đình anh ấy đã đi Huế rồi.

   → ______________________________

4. Chị Hoa đã lập gia đình rồi.

   → ______________________________

5. Bố tôi đã ăn cơm rồi.

   → ______________________________

5.5 **Dùng ". . . nào . . . cũng . . ." hoặc ". . . nào cũng . . ." để viết về các tình huống dưới đây** - *Use the structure ". . . nào . . . cũng . . ." or ". . . nào cũng . . ." to write about the situations below*

VD: Thanh đi học tiếng Pháp mỗi buổi tối.
→ Tối nào Thanh cũng đi học tiếng Pháp.

1. Mỗi chủ nhật gia đình Mai đi công viên chơi.

____

2. Trong lớp tôi, tất cả các sinh viên đều học chăm chỉ.

____

3. Ba của tôi thường uống cà phê mỗi buổi sáng.

____

4. Con gái hay con trai cũng là con của mình.

____

5. Tất cả mọi người trong gia đình tôi đều thích đi du lịch.

____

5.6 **Hoàn thành các câu dưới đây** - *Complete the following sentences*

1. Ông Hải có ______________________________
2. Vợ ông ấy thường ______________________________
3. Các em tôi còn ______________________________
4. Con gái cô ấy không thích ______________________________

5.7 Viết chính tả - *Dictation*

Ông Lâm là kỹ sư. Ông ấy lập gia đình gần 20 năm rồi. Vợ ông Lâm là giáo viên. Ông Lâm có hai con, một gái và một trai. Con gái lớn của ông Lâm năm nay 15 tuổi. Con trai của ông Lâm 10 tuổi. Ông Lâm thường đi ngủ sớm, còn vợ ông thì thường thức khuya nghe nhạc hay xem video.

6. Ghi chú - Notes

1. đã . . . chưa

(a) Cô đã ăn cơm chưa?	- *Have you eaten yet, Miss?*
- Rồi, tôi đã ăn cơm rồi.	- *Yes, already, I've eaten already.*
(b) Anh ấy (đã) có gia đình chưa?	- *Is he married yet?*
- Chưa, anh ấy chưa có gia đình.	- *No, he is not married yet.*

Kết cấu nghi vấn "đã . . . chưa" dùng để hỏi về một điều gì đó xem có xảy ra hay không. Trong nhiều trường hợp, "đã" có thể lược bỏ.

The interrogative structure "đã . . . chưa" is used to ask whether or not a thing has happened yet. In many cases "đã" can be omitted.

2. nào . . . cũng/nào cũng

(a) Ngày nào chúng tôi cũng gặp nhau. - *We meet each other every day.*
(b Người nào cũng dễ thương. - *Everybody is friendly.*
(c) Cái nào tôi cũng muốn mua. - *I want to buy everything.*
(d) Lớp tôi, người nào cũng chăm học. - *In my class everybody works hard.*

Kết cấu "nào . . . cũng" biểu thị sự giống nhau của những đơn vị bất kỳ trong một tập hợp cùng loại về hành động, trạng thái, tính chất.
The structure "nào . . . cũng" expresses the similarity of every member in a group of actions, states, characters, etc.

3. cùng

(a) Họ cùng làm việc ở một công ty. - *They all work in the same company.*
(b) Lan cùng học đại học với chúng tôi. - *Lan studies at the same university as us.*

Phó từ "cùng" chỉ sự đồng nhất hoặc giống nhau về cái gì hoặc về hoạt động nào đó.
"Cùng" is an adverb to indicate the sameness or the similarity of a thing or action to something else.

4. còn

(a) Anh ấy còn độc thân. - *He is still single.*
(b) Nó còn ngủ, chưa thức dậy. - *He is still asleep. He did not awake yet.*

"Còn" là phó từ, biểu thị sự tiếp tục, chưa kết thúc của hành động, hoặc trạng thái nào đó.
"Còn" is an adverb used to express the continuation of an action, state that hasn't been completed yet.

5. chúng tôi/chúng ta

(a) Chúng tôi cùng học một lớp. - *We study in the same class.*
(b) Chúng ta cùng đi ăn tối đi. - *Let's go to dinner together.*

Đây là đại từ nhân xưng ngôi thứ nhất, số nhiều. "Chúng tôi" không bao gồm người nghe; "chúng ta" bao gồm cả người nghe.
The first person plural personal pronoun "chúng tôi" does not include the listener; "chúng ta" includes the listener.

Bài 11 Anh cho tôi xem thực đơn

Please let me see the menu

- **Cách gọi đồ ăn, thức uống** - *Ways to talk about food*
- **Kết cấu** - *Constructions:* **không . . . gì . . . , gì . . . cũng . . .**
- **Thán từ** - *Exclamatory word:* **thôi**
- **Trợ từ** - *Final particle:* **nhé**

1. Hội thoại - Dialogues

1.1 Ở nhà hàng - *At a restaurant*

Người phục vụ (NPV) Dạ, các anh dùng gì ạ?

Dũng Anh cho tôi xem thực đơn!

NPV Dạ, thực đơn đây ạ.

Dũng Nè Tom, anh kêu món ăn nhé!

Tom Ồ, không. Tôi không biết gì về món ăn Việt Nam cả. Anh kêu đi, món gì cũng được.

Dũng Thôi, được. Anh thích món ăn Việt Nam hay món ăn Tây?

Tom Cả hai.

Dũng Vậy hả? Để tôi xem . . . Anh cho tôi một dĩa tôm nướng, một dĩa chả giò. À . . . Cho xúp cua trước đi!

NPV Dạ. Thêm gì nữa không ạ?

Dũng Không. Khi nào thiếu, tôi sẽ kêu thêm.

NPV Còn món uống, hai anh uống gì?

Dũng Anh cho tôi một chai bia 333 ướp lạnh. Anh Tom uống gì?

Tom Tôi cũng vậy.

NPV Dạ. Hai anh đợi một chút!

1.2 Ở tiệm cà phê - *At a coffee bar*

Người phục vụ (NPV) Dạ, các anh uống gì ạ?

Nam Cho một ly cà phê đen, một ly cà phê sữa nóng và một gói thuốc.

NPV Anh hút thuốc gì ạ?

Nam Thuốc Sài Gòn. Thuốc "ba số 5" lúc này mắc quá. À, ở đây thuốc "ba số" bao nhiêu tiền một gói?

NPV 25 ngàn đồng.

Nam 25 ngàn đồng? Mắc quá!

2. Thực hành nói - Oral Practice

2.1 Thay thế - *Substitution*

A Cho tôi
- một ly cà phê đá.
- hai lon 333
- một đĩa chả giò
- ba đôi đũa

B Ở đây có ... không?
- nước dừa
- nước cam
- nước suối
- trà đá
- sinh tố

C

Nước cam	bao nhiêu tiền	một ly?
Bia 333		một chai
Phở		một tô
Cơm gà		một dĩa

D

Anh thấy	tiệm cơm	này thế nào?
	nhà hàng	
	cửa hàng	
	quán cà phê	

E

Xin chờ	một chút!
	một lát
	một tí

F

Anh ơi,	tính tiền!
	cho gởi tiền
	tính tiền đi

2.2 **Nhìn vào thực đơn dưới đây. Đánh dấu (V) vào những món ăn mà bạn đã ăn. Sau đó thực tập gọi món ăn theo mẫu** - *Look at the menu below. Mark (a) the dishes that you have had. Practice ordering the dishes using following sentence as an example*

Cho tôi một tô phở.

Thực đơn quán 135

Cơm	*Cơm gà*	*35.000đ*
	Cơm gà rô ti	*45.000đ*
	Cơm sườn	*35.000đ*
	Cơm thập cẩm	*40.000đ*
	Cơm bò xào	*40.000đ*
Gà	*Gà rô ti*	*55.000đ*
	Gà hấp muối	*50.000đ*
Bò	*Bò tái chanh*	*70.000đ*
	Bò bít tết	*75.000đ*

2.3 **Học viên đóng vai khách và người phục vụ ở nhà hàng, tiệm cà phê** - *Role play: one person is a customer and the other is a waiter in a restaurant or coffee shop*

3. Từ vựng - Vocabulary

3.1 **Chọn từ thích hợp điền vào chỗ trống** - *Choose the appropriate words to fill in the blanks*

cà phê, sang, sớm, tiệm, nước ngọt, bình dân

Tiệm cà phê ở Thành phố Hồ Chí Minh thường mở cửa (1) __________ và đóng cửa muộn. Nhiều (2) __________ mở cửa lúc 4 giờ sáng và đóng cửa lúc 11 giờ đêm. Vào ngày thứ bảy và chủ nhật, nhiều tiệm đóng cửa muộn hơn. Ở tiệm (3) __________, người ta thường bán cà phê, (4) __________, nước cam, nước chanh, nước dừa, kem.

Về giá cả, ở tiệm cà phê loại (5) __________, giá từ 30.000 đến 75.000 đồng một ly cà phê đen. Ở tiệm cà phê (6) __________, giá rẻ hơn. Ở đó, một ly cà phê đen giá 8.000 đồng, một ly cà phê sữa đá giá 15.000 đồng.

3.2 **Khoanh tròn những từ không cùng loại** - *Circle the words that do not belong to these groups*

1. thịt bò	thịt gà	cá	thịt heo
2. thực đơn	cà phê	coca	nước chanh
3. cơm	phở	bia	bánh xèo

3.3 **Xem các từ bên dưới. Xếp các từ cùng loại vào từng nhóm riêng** - *Look at the following words. Arrange them into groups of the same category*

sữa, gà rô ti, bánh xèo, cà phê, bò bít tết, nước cam, nước ngọt, cơm thập cẩm, bia, xúp cua, phở, kem, chả giò, bánh tráng

1. Thức ăn: ________, ________, ________, ________, ________, ________, ________, ________, ________, ________, ________
2. Thức uống: ________, ________, ________, ________, ________, ________, ________, ________, ________, ________, ________.

4. Thực hành nghe - Listening Comprehension

4.1 **Nghe hội thoại sau đây và trả lời các câu hỏi** - *Listen to the dialogue and answer the following questions*

1. Đạt rủ Suzuki đi ăn món gì?
2. Họ sẽ đi ăn ở đâu?
3. Họ sẽ bắt đầu đi lúc mấy giờ?
4. Tại sao họ phải đi sớm?

4.2 **Nghe cuộc nói chuyện giữa hai người bạn, Chi và Lan. Sau đó trả lời câu hỏi** - *Listen to the dialogue between Chi and Lan and answer the following questions*

1. Có phải Lan đã nấu món xúp cua không?
2. Chồng Lan biết nấu ăn khi nào?
3. Những món khác do ai nấu?

5. Thực hành viết - Written Practice

5.1 Chọn câu thích hợp, sau đó viết lại - *Choose the appropriate sentences on the right to fill in the blanks on the left*

VD: Anh cho tôi xem thực đơn. *(3). - Dạ, thực đơn đây.*

a. Đến giờ ăn trưa rồi. ______________
______________________________ ( )

b. ______________________________ ( )
- Dạ, xin chờ một chút.

c. Chị thích chả giò lắm à? __________
______________________________ ( )

d. ________________ Đừng uống nữa. ( )

1. Tôi kêu thêm một dĩa nữa nhé.
2. Anh say rồi.
3. ~~Anh cho tôi xem thực đơn.~~
4. Cho hai chai bia 333.
5. Chúng ta đi ăn cơm đi!

5.2 Sắp xếp lại vị trí các từ thành câu đúng - *Rearrange the following words to form correct sentences*

VD: không / gì / ngon / món / ở / đây / có .
→ Ở đây không có món gì ngon.

1. nhà hàng / ngon / nào / món ăn / ở / này / cũng .

____

2. trưa nay / ăn / không / tôi / gì / muốn .

____

3. Việt Nam / biết / món ăn / gì / không / anh ấy / về .

____

4. ông ấy / bia / uống / gì / cũng / thích .

____

5. quán cà phê / đến uống / anh ấy / cũng / nào / đã / ở Quận 1 .

____

5.3 Chuyển các câu sau sang loại câu có kết cấu "gì . . . cũng . . ." hoặc "nào . . . cũng . . ." - *Use the structure "gì . . . cũng . . ." or "nào . . . cũng . . ." to rewrite the following sentences*

VD: Anh ấy ăn được tất cả các món ăn Việt Nam.
→ Món ăn Việt Nam nào anh ấy cũng ăn được.

1. Cô Lan biết nấu tất cả các món ăn.

____

2. Mỗi sáng chủ nhật chúng tôi đều đi ăn phở.

____

3. Nếu có tiền, tôi sẽ mua mọi thứ.

____

4. Anh Philippe mời tất cả mọi người trong lớp đến dự sinh nhật của mình.

____

5. Vì sống một mình nên cô ấy tự làm mọi việc trong nhà.

____

5.4 Viết chính tả - *Dictation*

Dũng là bạn thân của Tom. Trưa nay Dũng mời Tom đi ăn cơm. Hai anh vào một nhà hàng nhỏ, đông khách. Dũng gọi một dĩa tôm nướng, một dĩa chả giò, hai chén xúp cua, hai chai bia 333 ướp lạnh. Tom thấy là món ăn ở nhà hàng này ngon và giá không đắt lắm. Có lẽ chủ

nhật tuần sau anh sẽ mời bạn của anh, một người Pháp, đến đây ăn cơm.

6. Ghi chú - Notes

1. không . . . gì . . .

(a) Tôi không biết gì về ông ta. - *I don't know anything at all about him.*
(b) Cô ấy không nói gì về việc đó. - *She did not say anything about this.*

Kết cấu "không . . . gì . . ." được sử dụng để biểu thị ý phủ định hoàn toàn.
The construction "không ... gì" is used to express the absolute negative.

2. gì . . . cũng . . .

(a) Việc gì anh ấy cũng biết. - *He knows everything.*
(b) Món gì anh ấy cũng ăn được. - *He can eat any food.*

Kết cấu "gì . . . cũng . . ." biểu thị phạm vi tác động của một hành động, trạng thái đối với một loạt sự vật, hiện tượng.
The construction "gì . . . cũng . . . " is used to indicate that each item or part of an indefinite number or amount of something has a particular effect.

3. thôi

(a) Thôi, tôi không ăn đâu. - *It is enough, I won't eat any more.*
(b) Thôi, đừng nói nữa. - *Ok, don't say any more.*
(c) Thôi, chúng tôi đi nhé! - *All right, let's go.*

Thán từ "thôi" dùng ở đầu câu để biểu thị ý từ chối, VD (a), can ngăn, VD (b) hoặc muốn kết thúc một hành động trước đó, VD (c).
"Thôi"' is an exclamatory word placed at the beginning of the sentence to express refusal (Ex. a), prevention (Ex. b), or the desire to finish the current action (Ex. c).

4. nhé

(a) Anh kêu món ăn nhé! - *You order the food, Ok!*
(b) Ngày mai chị đến sớm nhé! - *You'll come early tomorrow, all right!*

"Nhé" là trợ từ ở cuối câu, biểu thị ý mong muốn người đối thoại đồng ý với ý kiến, đề nghị của người nói.
The final particle "nhé" is used to express the hope that the listener will agree with the opinion or suggestion given by the speaker.

Bài 12 Quê anh ấy ở xa quá!

His hometown is very far away!

- **Ôn lại cách nói thời gian, phương tiện di chuyển, gia đình, cách gọi đồ ăn, thức uống** - *Review ways of talking about time, means of transportation, family, and ordering food.* **Phân**
- **biệt** - *Distinguish:* **sắp/sẽ, nào . . . cũng/gì . . . cũng, bao lâu/bao nhiêu/bao giờ, không . . . đâu/không . . . gì**

1. Hội thoại - Dialogues

Chi muốn đi ra ga mua vé xe lửa - *Chi wants to buy a train ticket*

Chi Chị Lan ơi, bây giờ là mấy giờ rồi?

Lan Mười một giờ năm rồi.

Chi Mười một giờ năm rồi à? Ở ga Sài Gòn, người ta bán vé đến mấy giờ, hả chị?

Lan Buổi sáng người ta bán vé đến 11 giờ rưỡi. Em định mua vé đi đâu vậy?

Chi Em mua vé đi Đà Nẵng. Em định chủ nhật tuần này đi Đà Nẵng. Hôm nay là thứ sáu, phải không chị?

Lan Ừ, đúng rồi. Quê em ở Đà Nẵng à?

Chi Dạ, không. Quê em ở Nha Trang.

Lan Vậy, em đi Đà Nẵng để làm gì?

Chi Em đi du lịch. À... không, đi thăm gia đình của một người bạn. Anh ấy muốn em cùng đi về quê với anh ấy.

Lan À, chị hiểu rồi. Thế, gia đình anh ấy có mấy người?

Chi 10 người. Bố mẹ anh ấy sinh 8 người con, 2 trai, 6 gái. Anh ấy là con cả trong gia đình. Em út anh ấy năm nay mới 6 tuổi.

Lan Quê anh ấy ở xa quá! Gia đình anh ấy đông quá! Em không sợ à?

Chi Dạ, không. Tại sao phải sợ, hả chị?

2. Thực hành nói - Oral Practice

2.1 **Nhìn vào bản đồ và chỉ đường cho Bình đến nơi anh ấy muốn đến** - *Look at the map and give directions for Binh to go to these places*

1: khách sạn   2: nhà thờ   3: bệnh viện

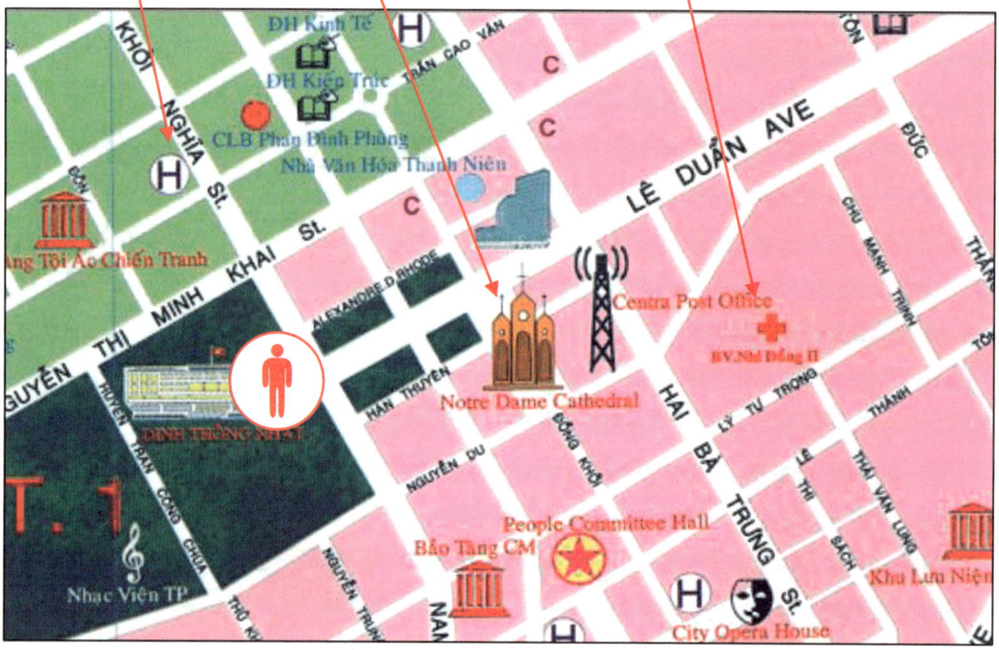

2.2 **Ở Việt Nam bạn đã đi du lịch những đâu? Bạn đã đi bằng phương tiện gì? Vì sao bạn đi bằng phương tiện đó?** - *What places have you visited in Vietnam? What means of transportation did you use, and why?*

2.3 **Hãy giới thiệu về gia đình của bạn** - *Introduce your family* (có mấy người? làm gì? etc)

3. Từ vựng - Vocabulary

3.1 Hãy viết tên của các phương tiện giao thông này - *Write the names of these means of transportations*

1. ______________________

2. ______________________

3. ______________________

4. ______________________

5. ______________________

6. ______________________

3.2 Điền từ vào chỗ trống thích hợp - *Choose the appropriate words to fill in the blanks*

độc thân, cách, tỉnh, làng, làm việc, thăm

Chào các bạn. Tôi tên là Mai Khanh. Quê tôi ở Phước Thạnh. Đó là một (1) ________ nhỏ của tỉnh An Giang. An Giang là một (2) ________ lớn ở Đồng bằng sông Cửu Long, (3) ________ Thành phố Hồ Chí Minh khoảng 250 km về hướng tây nam. Tôi đã rời An Giang khi tôi 18 tuổi. Bây giờ tôi sống và (4) ________ ở Thành phố Hồ Chí Minh. Tôi còn (5) ________. Tôi rất nhớ ba mẹ và các em nhỏ của tôi. Tôi rất muốn về quê (6) ________ gia đình. Quê tôi hơi buồn nhưng tôi rất thích vì nó yên tĩnh, mát mẻ.

3.3 Khoanh tròn các từ ngữ không cùng loại - *Circle the words that do not belong to these groups*

1. tháng giêng, tháng hai, tháng sau, tháng ba, tháng tư, tháng trước
2. hôm qua, hôm nay, thứ sáu, ngày mai, ngày kia, sáng
3. sáng, trưa, sớm, muộn, chiều, tối
4. rẽ trái, rẽ phải, bên trái, đi thẳng, bên phải

3.4 Viết thêm các từ cùng loại với từ màu xanh trong câu - *Add words of the same category as the words in blue*

1. Thành phố này có rất nhiều xe máy.

____

2. Tuần trước cô Thu đã về quê thăm gia đình.

____

3. Mẹ tôi sống ở Cần Thơ.

____

4. Ông ấy rất thích ăn phở.

____

5. Cô Thu chờ anh Nam ở góc ngã tư đó.

____

3.5 **Chọn từ thích hợp để hoàn chỉnh các câu dưới đây** - *Choose the appropriate words from the box to complete the following sentences*

chậm, rẻ, giàu, nhẹ, sớm, rỗi/ rảnh, nhiều, tiện lợi, nặng

1. Anh ấy thích lái xe nhanh, nhưng vợ anh ấy thì thích lái xe ____________.
2. Ông ấy thường về nhà rất muộn. Ít khi ông ấy về nhà __________.
3. Gia đình của anh ấy rất nghèo, nhưng gia đình bên vợ anh ấy rất ________.
4. Cô ấy rất bận, cô ấy chỉ được ____________ngày chủ nhật.
5. Đi bằng xe đò bất tiện lắm. Đi bằng xe lửa _________________ hơn.

4. Thực hành nghe - Listening Comprehension

4.1 **Ở phòng bán vé bến xe Miền Đông. Nghe đoạn hội thoại giữa khách và người bán vé và chọn câu trả lời đúng** - *At the ticket office of Miền Đông station. Listen to the dialogue between a passenger and a clerk, then choose the correct answers*

1. Anh ấy muốn đi đâu?
   a. Đà Nẵng b. Nha Trang
2. Xe đời mới bao nhiêu tiền một vé?
   a. 170.000 đ. b. 220.000 đ.
3. Đi bằng xe đời cũ mất bao lâu?
   a. 8 tiếng b. 12 tiếng

4.2 **Nghe đoạn hội thoại giữa Thu và Ngọc và chọn câu trả lời đúng** - *Listen to the dialogue between Thu and Ngoc, and choose the correct answers*

1. Gia đình Ngọc có mấy người?
   a. 9 người　　b. 10 người
2. Em trai út của Ngọc năm nay bao nhiêu tuổi?
   a. 9 tuổi　　b. 10 tuổi
3. Hai anh trai của Ngọc làm gì?
   a. tài xế　　b. giáo viên

5. Thực hành viết - Written Practice

5.1 **Sắp xếp lại vị trí các từ trong câu cho đúng** - *Rearrange the following words to form correct sentences*

VD: tôi / bằng / xe lửa / ra / Nha Trang / từ Sài Gòn .
→ Tôi từ Sài Gòn ra Nha Trang bằng xe lửa.

1. anh / hay / mua / vé một chiều / vé khứ hồi ?

____

2. xe lửa / 8 giờ / lúc / tối / khởi hành .

____

3. tôi / Hà Nội / sẽ / đi / máy bay / bằng .

____

4. đi uống bia / thứ bảy/ tối / anh Bình / thường / với / bạn .

____

5. anh / ngã ba / quẹo phải / cứ / thứ nhất / ở .

____

5.2 **Chuyển các câu sau sang câu hỏi với các từ "bao nhiêu", "bao lâu" hoặc "bao giờ"** - *Transform the following sentences into questions by using "bao nhiêu", "bao lâu" or "bao giờ"*

1. Đi máy bay từ Sài Gòn ra Hà Nội mất 1 tiếng 45 phút.

____?

2. Gia đình cô ấy có 12 người.

____?

3. Ông ấy đã đến Việt Nam từ thứ ba tuần trước.

____?

4. Ba sinh viên Hàn Quốc đó đã học ở đây 8 tháng.

____?

5. Thứ bảy tuần sau anh Tom về nước.

____?

5.3 **Dùng kết cấu ". . . nào . . . cũng . . ." (". . . nào cũng . . .") để viết lại các câu sau** - *Use the construction ". . . nào . . . cũng . . ." or ". . . nào cũng . . ." to rewrite the following sentences*

VD: Anh ấy ăn phở mỗi sáng.
→ Sáng nào anh ấy cũng ăn phở.

1. Anh ấy đi học muộn mỗi ngày.

____

2. Mỗi sinh viên trong lớp này đều biết sử dụng máy vi tính.

____

3. Mỗi chủ nhật cô ấy về quê thăm gia đình.

____

4. Mỗi tối thứ bảy ông ấy đi uống bia với bạn.

____

5.4 **Chọn kết cấu ". . . gì . . . cũng . . ." hoặc ". . . nào . . . cũng . . ." để viết câu trả lời cho các câu hỏi sau** - *Choose the construction ". . . gì . . . cũng . . ." or ". . . nào . . . cũng . . ." to answer the following questions*

1. Anh thích xem phim gì?

____

2. Ông ấy có thường về nhà muộn không?

____

3. Tôi có thể đi Nha Trang bằng xe gì? Xe khách hay xe lửa?

____

4. Cô ấy muốn học tiếng Anh hay tiếng Nhật?

____

5. Anh có thường ăn phở buổi sáng không?

____

5.5 **Chọn kết cấu "không . . . đâu" hoặc "không . . . gì" để viết câu trả lời cho các câu hỏi sau** - *Choose the construction "không . . . đâu" or "không . . . gì" to answer the following questions*

1. Đến chợ Bến Thành, đi đường này phải không ạ?

____

2. Anh có biết gì về món ăn Huế không?

____

3. Cô ấy có nói gì về tôi không?

____

4. Tuần sau ông ấy đến Việt Nam, phải không?

____

5. Trước khi lập gia đình, anh có biết gì về gia đình cô ấy không?

____

5.6 Dùng từ "còn" để trả lời các câu hỏi sau - *Answer the questions by using the word "còn"*

VD: Anh đã ngủ rồi à? - Chưa, tôi còn thức.

1. Bà Hoa thức dậy chưa?

   ______________________________ (ngủ)

2. Ông ấy có gia đình chưa?

   ______________________________ (độc thân)

3. Anh John đã về nước rồi, phải không?

   ______________________________ (ở Việt Nam)

4. Gần đến bưu điện chưa, cô?

   ______________________________ (xa)

5. Anh ấy đã gọi taxi chưa?

   ______________________________ (ngồi ăn)

5.7 Hoàn thành các câu sau đây - *Complete the following sentences*

1. Tuần sau chúng tôi sẽ ______________________________
2. Ông ấy sắp ______________________________
3. Chị nghỉ một chút đi, để ______________________________
4. Nếu đi bằng xe lửa thì ______________________________
5. Nếu anh ấy không đến thì ______________________________
6. Ông ấy đã ______________________________ ?
7. Tối thứ bảy nào ______________________________, phải không?
8. Tôi không biết gì về ______________________________
9. Anh ấy mới về đến nhà đã ______________________________
10. Ông ấy không đói nên gì cũng ______________________________

5.8 Viết chính tả - *Dictation*

Đây là Thành phố Hồ Chí Minh, một thành phố lớn của Việt Nam. Tôi ở khách sạn Sài Gòn, một khách sạn không lớn, không nhỏ. Trên đường có nhiều xe đạp, xe máy... Tôi có nhiều bạn Việt Nam. Họ biết nói tiếng Anh. Tôi thích món ăn Việt Nam. Tuần sau tôi sẽ đi Hà Nội. Nếu có thời gian thì tôi sẽ đi thăm Hạ Long.

6. Ghi chú - Notes

1. Phân biệt "sắp"/"sẽ"

(a) Tháng sau tôi sẽ về nước. - *I will go back to my country next month.*
(b) Cô ấy sắp lập gia đình. - *She is getting married soon.*

"Sẽ" biểu thị sự việc diễn ra trong tương lai; "sắp" biểu thị sự việc diễn ra trong thời gian tới, rất gần so với mốc thời gian nào đó.
"Sẽ" expresses a thing that will happen in the future. "Sắp" expresses a thing that will happen in the very near future from a certain point of time.

2. Phân biệt "nào . . . cũng . . ."/"gì . . . cũng . . ."

(a) Tối nào ông ấy cũng uống rượu. - *He drinks wine every night.*
(b) Gia đình tôi người nào cũng biết nấu ăn. - *In my family, everyone knows how to cook.*
(c) Cô ấy nấu món gì cũng ngon. - *Any dish she cooks is delicious.*
(d) Món gì ông ấy cũng chê dở. - *He criticizes/complains about all the food.*

Kết cấu "nào . . . cũng . . ."/ ". . . nào cũng . . ." biểu thị sự giống nhau của các đơn vị trong cùng một tập hợp cùng loại, VD (a), (b). Kết cấu "gì . . . cũng . . ." biểu thị phạm vi tác động của một hành động, trạng thái đối với một loạt sự vật, hiện tượng. VD (c), (d).
"Nào . . . cũng" indicates the similarity of all units in a group, Ex. (a),(b). "Gì . . . cũng" indicates that each item or part of an indefinite number or amount of something has a particular effect, Ex. (c), (d).

3. Phân biệt "bao nhiêu"/"bao lâu"/"bao giờ"

(a) Tất cả bao nhiêu tiền? - *How much does everything cost?*
(b) Anh sẽ ở Việt Nam bao lâu? - *How long will you be in Vietnam?*
(c) Bao giờ ông ấy về nước? - *When will he go back to his country?*
(d) Ông ấy về nước bao giờ? - *When did he go back to his country?*

"Bao nhiêu" dùng để hỏi về một số lượng nào đó, VD (a). "Bao lâu" dùng để hỏi về một khoảng thời gian, VD (b). "Bao giờ" dùng để hỏi về một thời điểm, VD (c), (d).
"Bao nhiêu" is used to ask about a quantity that the speaker can not estimate (much or few), Ex. (a); "bao lâu" to ask the amount of time, Ex. (b) and "bao giờ" to ask the point of time, Ex. (c), (d).

4. Phân biệt "không . . . đâu"/"không . . . gì"

(a) Anh ấy không đến đâu. - *He surely won't come.*
(b) Không xa lắm đâu. - *No, it's not so far.*
(c) Tôi không biết gì về ông ta. - *I don't know anything about him.*
(d) Cô ấy không nói gì về việc đó. - *She does not say anything about this.*

Kết cấu "không . . . đâu" được dùng trong câu phủ định nhằm thuyết phục hoặc bác bỏ ý kiến của người đối thoại, VD (a), (b). Kết cấu "không . . . gì . . ." được sử dụng để biểu thị ý phủ định hoàn toàn, VD (c), (d).
"Không . . . đâu" is used in negative sentences to persuade, or to reject an opinion of the listener, Ex.(a),(b). "Không . . . gì" is used to express the absolute negative, Ex. (c),(d).

Phụ lục 1 *Expendix 1*

Nội dung phần nghe *Tapescript section*

Bài 1

Nghe đoạn hội thoại dưới đây giữa một người phụ nữ và một người đàn ông, chú ý tên của họ, sau đó chọn câu trả lời đúng.

Kim Chào ông. Tôi tên là Kim. Xin lỗi, ông tên là gì?

Nam Tôi tên là Nam. Rất vui được gặp bà.

Kim Rất vui được gặp ông.

Bài 2

4.1 Nghe đoạn hội thoại dưới đây giữa ba người, chú ý tên và quốc tịch của họ, sau đó chọn câu trả lời đúng.

Mike Chào anh Nam. Chào chị.

Nam Chào Mike. Đây là cô Mariko, bạn tôi.

Mike Chào chị. Xin lỗi, chị là người nước nào?

Mariko Tôi là người Nhật. Anh Mike là người nước nào?

Mike Tôi là người Mỹ.

4.2 Nghe cuộc nói chuyện giữa John và Kim, sau đó chọn câu trả lời đúng.

Kim Chào anh. Xin lỗi, anh là người Anh, phải không?

John Dạ, không phải. Tôi không phải là người Anh. Tôi là người Úc. Còn cô, cô là người nước nào?

Kim Tôi là người Hàn Quốc.

John Rất vui được gặp cô.

Kim Rất vui được gặp anh.

Bài 3

4.1 Nghe đoạn hội thoại giữa Thủy và Lan, sau đó chọn câu trả lời đúng.

Lan Chào chị Thủy. Chị đi đâu đấy?
Thủy Chào chị. Tôi đi làm.
Lan Chị làm việc ở đâu?
Thủy Tôi làm thư ký ở Công ty Du lịch Sài Gòn. Còn chị, chị đi đâu đấy?
Lan À, tôi đi chợ.
Thủy Dạo này chị làm gì, chị Lan?
Lan Dạo này tôi ở nhà, làm nội trợ.

4.2 Nghe và đánh dấu vào bảng dưới đây quốc tịch và nghề nghiệp của từng người.

Xin chào các bạn. Tôi tên là Mai. Tôi là người Việt. Tôi là sinh viên. Còn đây là chị Yoko. Chị ấy là người Nhật. Chị ấy là thư ký. Đây là anh Yoon. Anh ấy là người Hàn Quốc. Anh ấy là giáo viên. Còn đây là anh Peter và anh Tom, người Anh. Anh Peter là bác sĩ, còn anh Tom là kỹ sư.

Bài 4

4.1 Nghe đoạn hội thoại sau đây, sau đó chọn câu trả lời đúng,

Bình Xin giới thiệu với anh: đây là cô Yoko, người Nhật. Còn đây là anh Lâm.
Lâm Rất vui được gặp cô.
Yoko Rất vui được gặp anh.
Lâm Xin lỗi. Cô là sinh viên, phải không?
Yoko Dạ, không phải. Tôi là bác sĩ. Tôi làm việc ở Bệnh viện Chợ Rẫy.
Lâm Tôi cũng là bác sĩ. Tôi làm việc ở Bệnh viện Sài Gòn. Bây giờ cô sống ở đâu?
Yoko Tôi ở số 20, đường Lê Thánh Tôn, Quận 1.

4.2 Nghe cô Thúy tự giới thiệu về mình, sau đó chọn câu trả lời đúng.

Xin chào các bạn. Tôi tên là Thúy. Tôi là người Việt. Tôi nói được tiếng Anh, tiếng Trung Quốc và một ít tiếng Nhật. Tôi đã học tiếng Anh bốn năm, học tiếng Trung Quốc hai năm và học tiếng Nhật một năm.

Bài 5

4.1 Sau đây là thói quen của một số người. Nghe và vẽ vào đồng hồ.

a. Ông Năm thường thức dậy lúc năm giờ sáng.
b. Mai thường đi làm lúc bảy giờ rưỡi sáng.
c. Anh Bình thường ăn sáng lúc bảy giờ kém mười lăm. d.
Cô Mai thường ăn trưa lúc mười một giờ rưỡi.
e. Ông Hải thường đi ngủ lúc mười giờ mười lăm tối.
f. Anh John thường về đến nhà lúc 4 giờ chiều.

4.2 Vũ là nhân viên công ty IBM. Trưa nay Vũ đến Thành phố Hồ Chí Minh. Nghe lịch làm việc của Vũ và chọn câu trả lời đúng.

Đến sân bay Tân Sơn Nhất lúc 12 giờ trưa. Đến Khách sạn Rex lúc 12 giờ 45. Ăn cơm và nghỉ đến 1 giờ 40. 2 giờ chiều làm việc với Công ty Pacific. Sau đó, 3 giờ 15 đến thăm và làm việc với công ty Sài Gòn. 7 giờ rưỡi đi ăn tối với giám đốc Công ty Pacific. Ngày mai, đi Hồng Kông.

Bài 6

4.1 Nghe và điền số nhà, số điện thoại vào bảng dưới đây.

a. Ngân hàng Á Châu
442 Nguyễn Thị Minh Khai
Quận 3, TP. Hồ Chí Minh
ĐT : 38334085

b. Khách sạn Majestic
1 Đồng Khởi
Quận 1, TP. Hồ Chí Minh
ĐT : 38295517

c. Bệnh viện Chợ Rẫy
201B Nguyễn Chí Thanh
Quận 5, TP. Hồ Chí Minh
ĐT : 38554137

d. Công ty Điện thoại
2 Hùng Vương
Quận 10, TP. Hồ Chí Minh
ĐT : 38395818

4.2 Nghe một số thông tin về anh Dũng, sau đó chọn câu trả lời đúng.

Anh Dũng là kỹ sư. Anh ấy làm việc ở Bưu điện Thành phố. Anh ấy biết tiếng Anh và tiếng Pháp. Anh ấy rất thích đi du lịch. Anh thường đi Nha Trang, Huế, Hà Nội... Buổi sáng, anh thức dậy lúc 6 giờ. Anh thường đọc báo và uống cà phê đến 7giờ 30. Sau đó anh đến công ty làm việc. Buổi trưa, anh ấy không về nhà. Buổi chiều, anh ấy làm việc từ 1giờ đến 4 giờ rưỡi. Anh ấy về đến nhà lúc 5 giờ. Buổi tối, anh ấy đọc sách, xem ti vi. Anh ấy không thích uống bia.

Bài 7

4.1 Nghe cuộc đối thoại giữa Chi và Tuấn ở sân bay, sau đó trả lời câu hỏi.

Tuấn Bây giờ anh phải đi, nhưng năm sau anh sẽ về.
Chi Tháng mấy anh về?
Tuấn Tháng 7. Tháng 7 năm sau anh sẽ về.
Chi Tháng 7 năm sau? Lâu quá! Bây giờ là tháng 8!
Tuấn Năm sau về nước, anh sẽ ở lâu.
Chi Bao lâu? Một tháng, ba tháng, sáu tháng hay một năm?
Tuấn Hai tháng... À, bạn anh sắp về. Anh sẽ gửi thư và quà cho em.
Chi Bao giờ bạn anh về?
Tuấn Tuần sau.

4.2 Nam gặp ông chủ cửa hàng để xin lĩnh lương. Nghe đoạn đối thoại giữa hai người và điền các từ sau đây vào chỗ trống.

Nam Xin lỗi ông, ông cho tôi nhận lương. Hôm nay là ngày 30 rồi.
Ông chủ Ngày 30 rồi à? Nhanh quá! Tôi nhớ đã trả lương cho anh rồi.
Nam Dạ, không phải. Đó là lương của tháng trước ạ.
Ông chủ Nhưng bây giờ muộn quá rồi! Bốn giờ rưỡi rồi. Tôi phải về. Thứ hai tuần sau, được không?
Nam Dạ được. Nhưng thứ hai tuần sau ông sẽ ở đây từ mấy giờ đến mấy giờ?
Ông chủ Buổi sáng. Từ 8 giờ đến 10 giờ 30.
Nam Thưa ông, lúc đó tôi bận. Tôi phải đi sân bay.
Ông chủ Vậy hả ?!

Bài 8

4.1 Lan hỏi đường một người hơi nặng tai. Nghe cuộc hội thoại giữa Lan và người đi đường, sau đó chọn câu trả lời đúng.

Lan Ông ơi, ông làm ơn cho hỏi, ngân hàng ở đâu ạ?

Nđđ Hả? Cô hỏi gì?

Lan Dạ, ngân hàng ở đâu ạ?

Nđđ Nhà hàng hả? Ở gần đây có nhiều nhà hàng lắm.

Lan Dạ không phải. Ngân hàng. Ngân hàng.

Nđđ À, à, ngân hàng. Cô đi thẳng, đến ngã tư thứ hai, rẽ phải.

Lan Có xa lắm không, ông?

Nđđ Hả, cái gì? Xe hả? Cô đi bộ được, không cần xe. Gần lắm.

Lan Dạ, dạ. Cám ơn ông nhiều.

4.2 Một người muốn đến bưu điện. Anh ấy hỏi một người đi đường. Nghe cuộc hội thoại giữa họ, sau đó chọn câu trả lời đúng.

Nam Chị làm ơn cho tôi hỏi.

Nđđ Dạ, anh muốn hỏi gì?

Nam Bưu điện ở đâu ạ?

Nđđ Bưu điện à? Gần đây lắm. Anh đi thẳng, đến ngã tư thứ ba thì rẽ trái. Bưu điện ở bên phải, gần nhà thờ.

Nam Dạ, cảm ơn chị nhiều.

Nđđ Không có gì.

Bài 9

4.1 Nghe đoạn hội thoại tại phòng bán vé xe lửa. Chọn câu trả lời đúng.

Khách Cô ơi, bán cho tôi một vé.

NBV Anh muốn mua vé đi đâu?

Khách Dạ, đi Hà Nội.

NBV Anh đi ngày nào?

Khách Ngày mai. Còn chuyến tối không, cô?

NBV Còn. Nhưng chỉ còn vé nằm thôi.

Khách Bao nhiêu một vé vậy, cô?

NBV 1.250.000 đ.

Khách 1.250.000 đ à? Chà, hơi mắc. Mất bao lâu, cô?

NBV 33 tiếng. 8 giờ tối tàu khởi hành. Anh nhớ đến sớm.

4.2 Nghe cuộc hội thoại ở bàn hướng dẫn sân bay Tân Sơn Nhất. Chọn câu trả lời đúng.

Khách: Xin lỗi, cô cho tôi hỏi thăm: Mấy giờ chuyến bay Bangkok – TP. Hồ Chí Minh đến vậy, cô?

Hướng dẫn viên: Hôm nay có 2 chuyến bay Bangkok - TP. Hồ Chí Minh. Chuyến bay thứ nhất số TG 816, đến lúc 12 giờ trưa và chuyến bay thứ hai số VN 715, đến lúc 2 giờ chiều.

Khách: Dạ, cám ơn cô. Không biết bạn tôi sẽ đến bằng chuyến bay nào?

Bài 10

4.1 Chọn câu trả lời đúng.

CS Anh ngồi xuống đi. — PN Dạ.

CS Anh hút thuốc không? — PN Dạ. Cám ơn anh.

CS Bây giờ anh hãy trả lời những câu hỏi của tôi. — PN Dạ.

CS Anh tên là gì? — PN Lâm. Lê Văn Lâm.

CS Bao nhiêu tuổi? — PN Dạ, 32 tuổi.

CS Anh có gia đình chưa? — PN Dạ, rồi

CS Vợ anh tên gì? — PN Dạ, vợ tôi tên Thảo.

CS Họ gì? — PN Họ Lê. Lê Thị Thu Thảo

CS Bao nhiêu tuổi? — PN Dạ, ai bao nhiêu tuổi?

CS Vợ anh. — PN Dạ, vợ tôi 28 tuổi.

CS Làm nghề gì? — PN Dạ, không làm gì.

CS Anh có con chưa? — PN Dạ rồi. Một trai và một gái.

CS Tên gì? — PN Con trai tên Long. Còn con gái tên Thảo Hương.

CS Mấy tuổi? — PN 8 tuổi và 6 tuổi.

CS Bây giờ họ ở đâu? — PN (Khóc) Tôi không biết.

4.2 Chọn câu trả lời đúng.

Anh Hải là nhân viên của một công ty du lịch. Anh đã làm việc ở đó 5 năm rồi. Anh thường làm việc với ông giám đốc. Anh mới lập gia đình 3 năm trước. Vợ anh là giáo viên. Anh đã có một con gái 2 tuổi. Anh Hải có nhiều bạn bè. Buổi tối anh thường đi uống bia với bạn. Ngày chủ nhật, anh Hải thường cùng vợ con đi chơi công viên hay về thăm ông bà ngoại.

Bài 11

4.1 Nghe hội thoại sau đây và trả lời các câu hỏi.

Đạt Chiều nay rảnh không, anh Suzuki?
Suzuki Rảnh. Có việc gì không?
Đạt Đi ăn bánh xèo với tôi đi.
Suzuki Bánh xèo là bánh gì vậy?
Đạt Anh chưa ăn bánh xèo lần nào hả?
Suzuki Chưa. Có ngon không?
Đạt Ngon lắm. Chiều nay đi nhé.
Suzuki Nhưng ăn ở đâu?
Đạt Ở tiệm A Phủ. Tiệm bánh xèo này nổi tiếng lắm. Năm giờ chúng ta đi, được không?
Suzuki Năm giờ à? Hơi sớm.
Đạt Nếu chúng ta đi trễ quá thì sẽ không có chỗ ngồi.
Suzuki Vậy hả? Có nhiều người ăn ở đó lắm hả?
Đạt Ừ, nhiều lắm. Bánh xèo ở đó ngon lắm. Chiều nay anh ăn thử sẽ biết.

4.2 Nghe cuộc nói chuyện giữa hai người bạn, Chi và Lan. Sau đó trả lời câu hỏi.

Chi Chà, chị Lan nấu món xúp cua này ngon quá.
Lan Cám ơn chị. Nhưng không phải tôi nấu.
Chi Ai nấu món đó vậy?
Lan Chồng tôi.
Chi Chồng chị à? Anh ấy biết nấu ăn hả?
Lan Biết. Anh ấy biết nấu ăn khi còn là sinh viên.
Chi Thế, những món khác, chồng chị cũng nấu à?
Lan Ừ. Anh ấy nấu tất cả các món hôm nay đó.

Bài 12

4.1 Ở phòng bán vé bến xe Miền Đông. Nghe đoạn hội thoại giữa khách và người bán vé và chọn câu trả lời đúng.

Khách Cô ơi, bán cho tôi một vé.

NBV Đi đâu? Đà Nẵng, phải không?

Khách Dạ, không. Đi Nha Trang. Bao nhiêu tiền vậy, cô?

NBV 220.000 đồng.

Khách Ủa, sao đắt quá vậy, cô?

NBV Đi bằng xe đời mới. Nhanh lắm. Từ đây đến Nha Trang chỉ mất 9 tiếng.

Khách Đi bằng xe đời mới cũng thích nhưng đắt quá. Có xe nào rẻ hơn không, cô?

NBV Có. 170.000 đồng. Xe đời cũ, chậm hơn ; mất khoảng 12 tiếng. Anh suy nghĩ đi. Anh muốn đi xe nào?

Khách *(Lẩm nhẩm)* 170.000 đồng, đời cũ. 220.000 đồng, đời mới. Toi đi xe đơi cu.

4.2 Nghe đoạn hội thoại sau giữa Thu và Ngọc và chọn câu trả lời đúng.

Thu Chị Ngọc ơi, gia đình chị có mấy người?

Ngọc Hả? Chị hỏi gì?

Thu Gia đình chị có mấy người?

Ngọc Gia đình tôi hả? Có 9 người: ba má tôi, hai anh trai, tôi, ba em gái và một em trai. Em trai út tôi năm nay 10 tuổi.

Thu Thế, ba má chị làm gì?

Ngọc Ba tôi là tài xế. Còn má tôi buôn bán.

Thu Còn hai anh của chị làm gì?

Ngọc Hai anh tôi làm giáo viên. Còn gia đình chị có mấy người?

Thu Cũng như gia đình chị, có 9 người. Tôi là con cả trong gia đình.

Ngọc Là con cả có mệt không, chị?

Thu Không, nhưng người yêu của tôi thì thấy rất mệt.

Phụ lục 2 Đáp án

Expendix 2 *Answer key*

Bài 1

3. 1. Kim
   2. Nam

4.1 1. khoẻ
   2. khoẻ
   3. gì
   4. tên - tên - là - gì

4.2 1. A: chị
      B: anh
   2. A: anh/ông
      B: chị/cô
   3. A: chị/em/cô
      B: anh

4.3 a. 1
   c. 4
   d. 2

4.4 1. Tôi tên là Peter.
   2. Bà có khoẻ không?
   3. Anh John cũng khoẻ.
   4. Tôi không khoẻ.
   5. Rất vui được gặp ông.

4.5 2. Cô Mai có khoẻ không?
   3. Ông Năm có khoẻ không?
   4. Chị Thuý có khoẻ không?

4.6 1. Tôi tên là........
   2. Tôi khoẻ/Tôi không khoẻ.

Bài 2

2.2 A: tên
   B: Francis
   A: nước nào
   B: Mỹ
   A: chị tên/cô tên
   B: là Li
   A: chị/cô - nước nào
   B: người Trung Quốc
   A: anh tên là gì
   B: tên là Young Nam
   A: anh - người - nào
   B: là người Hàn Quốc
   A: chị là/cô là
   B: người Việt
   A: chị/cô - là gì
   B: tên là Lan

3.1 1. tên
   2. người Việt
   3. người
   4. không phải

3.2 1. anh ấy
   2. bà ấy
   3. các anh ấy
   4. chị ấy

4.1 1. a
   2. a

4.2 1. b
   2. b

5.1 1. Cô ấy tên là Chi, phải không?
   2. Các anh ấy khoẻ, phải không?
   3. Đây là anh Thomas, phải không?
   4. Các cô ấy là người Úc, phải không?
   5. Bà Mai là người Trung Quốc, phải không?

5.2 1. người
   2. là người
   3. (theo người học)

4. (theo người học)
5. (theo người học)

5.3 A a. 5
b. 4
c. 1
d. 3
B 1. d
2. e
3. a
4. c
5. b

5.4 1. Anh là người Đức, phải không?
2. Xin lỗi, bà là người nước nào?
3. Anh tên là gì?
4. Tôi là người Hàn Quốc.
5. Bà ấy không phải là người Nhật.

5.5 1. Chị Yoko không phải là người Mỹ.
2. Anh Peter không phải là người Pháp.
3. Tên tôi không phải là John.
4. Tên bà ấy không phải là Loan.

5.6 1. Đây là bà Li, người Trung Quốc, còn đây là cô Yoshiko, người Nhật.
2. Đây là anh John, người Mỹ, còn kia là anh Kim, người Hàn Quốc.
3. Tôi là người Hàn Quốc, còn chị là người nước nào?
4. Cô Mai khoẻ, còn cô Hanako không khoẻ.

Bài 3

2.2 1. Paul Brown
2. người Úc
3. kỹ sư
4. công ty DHL
1. là cô Tanaka
2. là người nước – là người Nhật
3. làm nghề – cô ấy là sinh viên
4. cô ấy học – cô ấy học ở Osaka

3.1 1. giáo viên
2. tài xế
3. bác sĩ
4. ca sĩ
5. thợ điện
6. thợ chụp hình

3.2 1. là
2. người Việt
3. ca sĩ
4. làm việc

4.1 1. b
2. a
3. a

4.2 Mai - 4 - A
Yoko - 2 - E
Yoon - 1 - D
Peter - 3 - C
Tom - 3 - B

5.1 1. Bà làm nghề gì?
2. Anh Philip là sinh viên.
3. Thu Thủy làm ở Công ty Du lịch Sài Gòn.
4. Tôi tên là Larry.
5. Cô ấy không phải là người Trung Quốc.

5.2 1. Ông Nam là kỹ sư phải không?
2. Dạo này anh làm gì?
3. Thu Thuỷ là nhân viên Công ty Du lịch Sài Gòn.
4. Ông J.Baker là người Anh.

5.3 a. 5
b. 2
c. 3
d. 1
1. a

2. c
3. e
4. d
5. b

Bài 4

2.2 1. Ông Hải là giáo viên.
2. Ông ấy làm việc ở Trường đại học Khoa học Xã hội và Nhân văn.
3. Địa chỉ cơ quan của ông Hải ở số 12, đường Đinh Tiên Hoàng, quận 1, TP. Hồ Chí Minh.
4. Điện thoại cơ quan của ông Hải số 38225009.

3.1 1. người
2. học
3. làm việc
4. số
5. thành phố

3.3 1. nước Nhật, người Trung Quốc
2. giám đốc, thư ký
3. kỹ sư, giáo viên

3.4 1. 10
2. 20
3. 45
4. 305
5. 250
6. 1.500
7. 2.450
8. 5.008

4.1 1. a
2. b
3. b
4. a

4.2 1. a
2. b
3. a

5.1 1. Cô ấy nói được tiếng Hàn Quốc./ Cô ấy nói tiếng Hàn Quốc được.
2. Chị đến Việt Nam để du lịch hay làm việc?
3. Bà nói tiếng Anh được không?
4. Tôi làm việc ở ngân hàng.
5. Bây giờ bà sống ở đâu?

5.2 A a. 5
b. 1
c. 4
d. 3

B 1. c
2. a
3. d
4. e
5. b

5.3 1. Anh Nam nói tiếng Anh được không?
2. Anh Tom nói tiếng Trung Quốc được không?
3. Cô Lan lái xe hơi được không?
4. Cô Loan nấu ăn được không?
5. Bà Mai viết tiếng Nhật được không?

Bài 5

3.1 1. bác sĩ
2. bệnh viện
3. đi làm
4. ăn trưa
5. buổi chiều

3.2 1. ăn sáng, đi chơi
2. buổi tối, buổi sáng
3. ăn tối, mấy giờ

4.1 a. năm giờ sáng
b. bảy giờ rưỡi sáng
c. bảy giờ kém mười lăm
d. mười một giờ rưỡi

e. mười một giờ mười lăm tối
f. bốn giờ chiều

4.2 1. a
2. b
3. a
4. b

5.1 1. Máy bay đến sân bay Tân Sơn Nhất lúc 12 giờ trưa.
2. Chị ấy thường về nhà lúc 5 giờ chiều.
3. Tôi thường đi ngủ lúc 11 giờ đêm.
4. Thanh thức dậy lúc 6 giờ sáng.
5. Bây giờ là 7 giờ tối.

5.2 1. Chị thường đi học lúc mấy giờ?
2. Cô Mai thức dậy lúc 6 giờ sáng.
3. Ông ấy rất bận.
4. Anh ấy đến trường lúc 7 giờ sang.
5. Cô học buổi sáng hay buổi chiều?

5.3 A a. 3
b. 5
c. 4
d. 2
B 1. a
2. c
3. d
4. e
5. b

5.4 1. Trưa nay chúng tôi ăn cơm rất muộn.
2. Cô ấy nấu ăn rất giỏi.
3. Hôm nay anh Bình rất vui.
4. Nó thức dậy rất sớm.
5. Tiếng Việt rất khó.

5.5 1. Vì anh ấy đi uống bia.
2. Vì anh ấy thường đi ngủ sớm.
3. Vì anh ấy không thích.
4. Vì anh ấy mệt.

Bài 6

3.1 1. giáo viên
2. ca sĩ
3. sinh viên
4. nội trợ
5. thợ chụp hình
6. bác sĩ

3.2 1. buổi tối, trưa nay
2. bây giờ, mấy giờ
3. đi học, muộn
4. là, để
5. người nước nào, thư ký

3.4 1. 150
2. 3500
3. 9805
4. 1999

3.5 1. giám đốc
2. công ty
3. thức dậy
4. đọc báo
5. làm việc
6. ăn tối
7. muộn

4.1 2. Khách sạn Majestic, 1 Đồng Khởi - 38295517
3. Bệnh viện Chợ Rẫy, 201B Nguyễn Chí Thanh - 38554137
4. Công ty điện thoại, 2 Hùng Vương - 38395818

4.2 1. a
2. b
3. a
4. b
5. a

5.1 1. quá
2. rất
3. rất
4. rất

5. quá

5.2 a. 1
b. 4
c. 2
d. 3

5.3 1. Cô là người Mỹ, phải không?
2. Chúng tôi đến trường lúc bảy giờ rưỡi
3. Cô ấy làm nghề gì?
4. Anh đi đâu đấy?

5.4 1. Bà Lệ làm việc ở đâu?
2. Chiều nay chị Lan và chị Mai đi đâu?
3. Công ty của họ ở đâu?
4. Anh ấy muốn đi đâu?

5.5 1. Tại sao hôm qua anh không đi học?
2. Lớp chị có bao nhiêu sinh viên?
3. Cô Thủy học tiếng Anh ở đâu?
4. Buổi tối chị thường đọc sách hay xem tivi?
5. Thủy đang đọc gì đấy?
6. Hôm qua các anh đã học gì?

5.6 1. Cô Mai đến trường để học tiếng Anh
2. Cô đang sống ở đâu?
3. Anh tên là Nam phải không?
4. Anh nói tiếng Anh được không?
5. Yoko là người nước nào?

Bài 7

3.1 1. tuần trước
2. lúc
3. ăn sáng
4. bơi
5. ăn trưa
6. về

3.2 1. buồn
2. sớm
3. rỗi/rảnh
4. nhiều

3.3 2. tháng giêng năm nay
3. tháng sau
4. chiều thứ bảy tuần sau
5. năm sau
6. hôm qua

4.1 1. a
2. a
3. b

4.2 1. hôm nay
2. ngày 30
3. tháng trước
4. tuần sau
5. đến
6. buổi sáng
7. sân bay

5.1 1. Tôi sắp đi Hà Nội.
2. Năm sau bạn tôi sẽ đến đây.
3. Tôi làm việc từ thứ hai đến thứ bảy.
4. Anh ấy học từ sáng đến chiều.
5. Bạn tôi sắp đến Việt Nam.

5.2 1. sẽ
2. sắp
3. sẽ
4. sắp
5. sắp
6. sẽ

5.3 1. Anh sống ở khách sạn đó bao lâu?
2. Anh ấy học tiếng Việt mấy buổi một tuần?
3. Anh sẽ ở Hà Nội bao lâu?
4. Mẹ anh đi thăm bạn ở Hà Nội bao giờ?

5. Bao giờ cô Hà và cô Lan bắt đầu làm việc ở Biên Hoà?
6. Các bạn đã học ở trường này từ bao giờ?

Bài 8

3.1 1. đến
2. xa
3. tiệm ăn
4. bên trái

3.2 1. xa
2. phía sau
3. bên trái
4. nhẹ

4.1 1. b
2. b
3. a

4.2 1. b
2. a
3. b

5.1 2. Tôi mới gặp anh ấy hôm qua.
3. Bà ấy mới về nước hôm thứ năm.
4. Sáng nay tôi mới đi ngân hàng.
5. Anh Bình mới kêu xích lô về nhà.
6. Cô ấy mới đến Hà Nội thứ ba tuần này.

5.2 1. Không lạc đường đâu.
2. Không gần đâu.
3. Không phải đường này đâu.
4. Không có tiệm sửa xe đâu.
5. Không có bệnh viện đâu.

BÀI 9

3.1 1. thời gian
2. bằng
3. xe lửa
4. chuyến bay
5. mua vé
6. điện thoại
7. khứ hồi

3.2 1. nhanh
2. rẻ
3. bất tiện
4. lâu

4.1 1. b
2. a
3. a
4. b

4.2 1. b
2. b
3. a
4. b

5.1 1. Chị đang đọc gì đấy?
2. Sinh nhật cô là ngày nào?
3. Chị ấy sẽ đến đây bằng gì?
4. Anh muốn đi chuyến nào?
5. Vé nào rẻ hơn. Vé xe lửa hay vé xe đò?

5.2 1. Theo cô, tôi nên đi bằng gì?
2. Hôm qua tôi đi học bằng xe máy.
3. Chị biết sân bay Tân Sơn Nhất ở đâu không?
4. Chuyến tối khởi hành lúc 6 giờ rưỡi.
5. Vé nằm đắt hơn vé ngồi, phải không?

5.3 1. Ông ấy đi làm bằng gì?
2. Ga xe lửa ở đâu?
3. Mấy giờ xe đò đến Đà Nẵng?
4. Anh Tom muốn mua vé gì?
5. Chuyến xe lửa đi Hà Nội đã khởi hành bao giờ?

5.4 1. Vé máy bay đi Bangkok giá chỉ 150 đô la Mỹ thôi.
2. Phòng bán vé máy bay đó chỉ làm việc đến 4 giờ chiều thôi.

3. Chuyến bay từ Paris đến TP. Hồ Chí Minh chỉ mất 12 tiếng rưỡi thôi.
4. Vé máy bay khứ hồi đi Hà Nội giá chỉ 4.080.000 đồng thôi.
5. Tôi đến trường chỉ mất 10 phút thôi.

5.5
1. Nếu đi Vũng Tàu bằng xe khách thì mất khoảng hai tiếng rưỡi.
2. Nếu (tôi) có thì giờ rảnh thì tôi ở nhà đọc sách.
3. Nếu (tôi) là tỷ phú thì tôi sẽ đi du lịch Hawaii.
4. Nếu (cô) đến ga sớm thì xin cô chờ tôi.

Bài 10

2.2
1. chồng
2. vợ
3. anh (anh cả)
4. em - anh
5. em (em út)

3.1
1. học sinh
2. gia đình
3. con út
4. tài xế
5. thư ký
6. độc thân
7. học
8. giàu

3.3
1. giàu
2. trẻ
3. bất hạnh
4. nhỏ tuổi

3.4
1. chúng tôi
2. chúng ta
3. chúng tôi
4. chúng ta
5. chúng tôi

4.1
1. b
2. a
3. a
4. a

4.2
1. a
2. b
3. a
4. a

5.1
A
a. 4
b. 2
c. 5
d. 3

B
1. c
2. d
3. b
4. a

5.2
1. cùng
2. cùng
3. cũng
4. cũng
5. cùng

5.3
1. Vợ anh Hùng và vợ anh Toàn cùng 28 tuổi.
2. Anh John và chị anh ấy cùng ở khách sạn Sài Gòn.
3. Mẹ và chị tôi cùng bán trái cây ở chợ Bến Thành.
4. Chị ấy và tôi cùng quê ở Đà Nẵng.
5. Gia đình anh Bình và gia đình chị Xuân cùng đi du lịch ở Thái Lan.

5.4
1. Cô Mai đã có con chưa?
2. Em gái anh Bình đã có người yêu chưa?
3. Gia đình anh ấy đã đi Huế chưa?
4. Chị Hoa đã lập gia đình chưa?
5. Bố cô (anh) đã ăn cơm chưa?

5.5 1. Chủ nhật nào gia đình Mai cũng đi công viên chơi.
2. Trong lớp tôi, sinh viên nào cũng học chăm chỉ.
3. Sáng nào ba tôi cũng uống cà phê.
4. Con nào cũng là con của mình.
5. Người nào trong gia đình tôi cũng thích đi du lịch.

Baøi 11

3.1 1. sớm
2. tiệm
3. cà phê
4. nước ngọt
5. sang
6. bình dân

3.2 1. cá
2. thực đơn
3. bia

4.1 1. Bánh xèo.
2. Ở tiệm A Phủ.
3. 5 giờ chiều.
4. Vì nếu đến trễ thì không có chỗ ngồi.

4.2 1. Không phải. Chồng Lan nấu.
2. Khi còn là sinh viên.
3. Cũng do chồng Lan nấu.

5.1 a. 5
b. 4
c. 1
d. 2

5.2 1. Ở nhà hàng này món ăn nào cũng ngon.
2. Trưa nay tôi không muốn ăn gì.
3. Anh ấy không biết gì về món ăn Việt Nam cả.
4. Bia gì ông ấy cũng thích uống.
5. Quán cà phê nào ở quận 1 anh ấy cũng đến uống.

5.3 1. Món gì cô Lan cũng biết nấu.
2. Sáng chủ nhật nào chúng tôi cũng đi ăn phở.
3. Nếu có tiền, thứ gì tôi cũng mua.
4. Người nào trong lớp, anh Philippe cũng mời đến dự sinh nhật của mình.
5. Cô ấy sống một mình nên việc gì trong nhà cô ấy cũng tự làm.

Baø 12

3.1 1. máy bay
2. xe hơi
3. xe buýt
4. xe lửa
5. xe đạp
6. xe máy

3.2 1. làng
2. tỉnh
3. cách
4. làm việc
5. độc thân
6. thăm

3.3 1. tháng sau, tháng trước
2. thứ sáu, sáng
3. sớm, muộn
4. bên trái, bên phải

3.5 1. chậm
2. sớm
3. giàu
4. rỗi/rảnh
5. tiện lợi

4.1 1. b
2. a
3. b

4.2 1. a

2. b
3. b

5.1
1. Anh mua vé một chiều hay vé khứ hồi?
2. Xe lửa khởi hành lúc 8 giờ tối.
3. Tôi sẽ đi Hà Nội bằng máy bay.
4. Tối thứ bảy anh Bình thường đi uống bia với bạn.
5. Anh cứ quẹo phải ở ngã ba thứ nhất.

5.2
1. Đi máy bay từ Sài Gòn ra Hà Nội mất bao lâu?
2. Gia đình cô ấy có bao nhiêu người?
3. Ông ấy đã đến Việt Nam từ bao giờ?
4. Ba sinh viên Hàn Quốc đó đã học ở đây bao lâu?
5. Bao giờ anh Tom về nước?

5.3
1. Ngày nào anh ấy cũng đi học muộn.
2. Sinh viên nào trong lớp này cũng biết sử dụng máy vi tính.
3. Chủ nhật nào cô ấy cũng về quê thăm gia đình.
4. Tối thứ bảy nào ông ấy cũng đi uống bia.

5.4
1. Phim gì tôi cũng thích xem.
2. Ngày nào ông ấy cũng về nhà muộn.
3. Anh có thể đi Nha Trang bằng xe gì cũng được.
4. Tiếng gì cô ấy cũng muốn học.
5. Sáng nào tôi cũng ăn phở.

5.5
1. Không phải đi đường này đâu.
2. Tôi không biết gì về món ăn Huế cả.
3. Cô ấy không nói gì về anh cả.
4. Tuần sau ông ấy không đến Việt Nam đâu.
5. Trước khi lập gia đình, tôi không biết gì về gia đình cô ấy cả.

5.6
1. Chưa, bà Hoa còn ngủ.
2. Chưa, ông ấy còn độc thân.
3. Không phải, anh John còn ở Việt Nam.
4. Chưa, bưu điện còn xa lắm.
5. Chưa, anh ấy còn ngồi ăn.

Phụ lục 3 Từ vựng Việt-Anh

Expendix 3 Vietnamese-English Glossary

ai (b.2)	who
anh (b.1)	you (second person, for young man, same age or older)
Anh (b.2)	England
Anh văn (b.7)	English language
anh/anh trai (b.10)	elder brother
ăn (b.3)	to eat
ăn sáng (b.5)	to have breakfast
ăn tối (b.5)	to have dinner
ăn trưa (b.5)	to have lunch
ấy (b.2)	used to change the second person pronoun to the third person
ba/bố (b.10)	father
ba mẹ/bố mẹ (b.12)	parent
bà (b.1)	you (for madam, old woman)
bà (~ nội/~ngoại) (b.10)	grandmother (paternal/ maternal)
bác sĩ (b.3)	physician, doctor
bài (b.6)	lesson
ban ngày (b.7)	day time
bán (b.10)	to sell
bạn (b.1)	friend
bạn học (b.10)	classmate
bạn thân (b.10)	close friend rice
bánh tráng (b.11)	pancake
bánh xèo (b.11)	pancake (special Vietnam style)
bao giờ (b.7)	when
bao lâu (b.7)	how long
bao nhiêu (b.5)	how much, how many
bảo (b.11)	to tell
báo (b.4)	newspaper
báo "Phụ nữ" (b.4)	"Women" newspaper
bắc (b.9)	north
bằng (b.9)	by
bắt đầu (b.5)	to start, to begin
bận (b.5)	to be busy
bất hạnh (b.10)	unhappy
bất tiện (b.9)	inconvenient
bây giờ (b.3)	now
bên cạnh (b.8)	next
bên phải (b.8)	right side, on the right
bên trái (b.8)	left side, on the left
bến xe (b.6)	station
bệnh (b.10)	sick
bệnh viện (b.3)	hospital
bia (b.5)	beer
biển (b.7)	sea
bình dân (b.11)	popular, cheap
bình thường (b.3)	as usual, normal
bò bít tết (b.11)	beefsteak
bò tái chanh (b.11)	rare beef with lemon
bơi (b.7)	to swim
buổi (b.5)	session (a part of a day)
buôn bán (b.12)	trader
buồn (b.7)	sad
bưu điện (b.3)	post office
ca sĩ (b.3)	singer
cà phê (~ đen/đá/sữa/ sữa đá) (b.5)	coffee (black, ice, milk, milk and ice ~)
cả (b.11)	all
cả hai (b.11)	both
cá (b.11)	fish
các (b.1)	a pluralizer used before personal pronouns
cách (b.9)	far from
cảnh sát (b.8)	police
cám ơn (b.1)	thank you, to thank
căn tin (b.5)	canteen
câu hỏi (b.10)	question
cây số (b.8)	kilometer
chả giò (b.11)	spring roll
chai (b.11)	bottle

chào (b.1)	hello, to greet
chạy (b.9)	to run, to drive
chăm chỉ (b.10)	hard, hard-working, industrious
chậm (b.9)	slow
chén/bát (b.11)	bowl
chỉ (b.8)	just
chỉ/chỉ . . . thôi (b.9)	only
chị (b.1)	you (for madam, young woman same age or order)
chị/chị gái (b.10)	elder sister
chị cả/chị hai (b.10)	eldest sister
chiều (b.5)	afternoon
cho (b.3)	for
chọn (b.10)	to choose, to select
chỗ (b.8)	place
chỗ ngồi (b.11)	seat
chồng (b.10)	husband
chờ/đợi (b.3)	to wait
chở (b.12)	to carry, to haul
chợ (b.4)	market
chơi (b.3)	to play
chủ (b.7)	boss
chủ nhật (b.7)	Sunday
chúc (b.7)	the word used to wish someone well
chung (b.10)	together
chúng ta (b.8)	we (including the listener)
chúng tôi (b.6)	we (excluding the listener)
chuyến (b.9)	trip
chưa (b.8)	yet, not yet
chương trình (b.6)	program
có (b.5)	there is/are
có ... không? (b.1)	an interrogative structure used to form Yes/No question
có lẽ (b.8) có	perhaps, maybe
thể (b.8) con	to be able to, possible
(b.10) con cả	child
(b.10)	first child, oldest child
con gái (b.10)	daughter

con trai (b.10)	son
con út (b.10)	youngest child
còn (b.1)	and (about)
còn (b.10)	still
cô (b.1)	you (for miss, female teacher)
cô gái (b.6) cô	girl
giáo (b.1) công	teacher (female)
ty (b.3) công	company
viên (b.10) cơ	park
quan (b.4) cơm	office
(b.3)	rice, cooked rice
cũ (b.12)	old
của (b.4)	of
cùng (b.10)	together, same
cũng (b.1)	also
cũng vậy (b.5)	also, so
cứ (b.12)	to take/to keep doing
cửa hàng/tiệm (b.11)	store, shop
dạo này (b.3)	these days
dĩa/đĩa (b.11)	plate
do (b.11)	by, due to
du lịch (b.3)	tourism
dùng (b.11)	to eat, to drink
dừng lại (b.8)	to stop
đã (b.4)	maker used to indicate s.th.happened
đã . . . chưa (b.10) Đại	have... yet (used to form question)
học Khoa học Xã hội và Nhân văn (b.4)	University of Social Sciences and Humanities
đang (b.3)	maker used to indicate s.th. is in progress
đàng/đằng kia (b.3)	over there
đạp (b.8)	to pedal
đau/nhức đầu (b.12)	headache
đặc biệt (b.11)	special
đắt/mắc (b.8)	expensive
đâu (b.3)	where
đầu tiên (b.8)	first
đây (b.2)	this (here, close at hand)
đấy/đó (b.2)	that, those
đẹp (b.9)	beautiful, pretty

để (b.3)	to, in order to
để (b.7)	to let
đề nghị (b.8)	to propose, to suggest
đêm (b.5)	night
đến (b.3)	to come, to arrive to arrive
đến nơi (b.8)	at ones destination, to
	reach ones destination
	to go
đi (b.3)	to walk, to go on foot
đi bộ (b.8)	to go out
đi chơi (b.3)	to go to school
đi học (b.5)	to go to sleep
đi ngủ (b.5)	to go straight
đi thẳng (b.8)	address
địa chỉ (b.4)	location, place
địa điểm (b.7)	geography
địa lý (b.7)	telephone
điện thoại (b.4)	public telephone
điện thoại công cộng	
(b.8)	to intend
định (b.12)	that
đó (b.7)	dollar
đô la (b.9)	group
đoàn (b.5)	to read
đọc (b.4)	hungry
đói (b.12)	to welcome, to pick up
đón (b.3)	to close
đóng (b.11)	single
độc thân (b.10)	pair
đôi (b.11)	across from, opposite
đối diện (b.8)	east
đông (b.9)	crowded
đông (b.10)	delta
đồng bằng (b.12)	watch, clock
đồng hồ (b.5)	model
đời (b.12)	to wait
đợi (b.3)	chopsticks
đũa (b.11)	on time, sharp, exact
đúng (~ giờ) (b.5)	(time)
	a classifier used for
đứa (b.10)	children
	Germany
Đức (b.2)	

đứng (b.8)	to stand
được (b.4)	can
đường (b.4)	road, way, street
em (b.1)	you (for child, younger)
em gái (b.10)	younger sister younger
em trai (b.10)	brother youngest
em út (b.12)	sister/~brother train
ga xe lửa (b.9)	station
gà (b.11)	chicken
gặp (b.1)	to meet, to see
gần (b.8)	next to, near
gần đây (b.8)	recently
gì (b.1)	what
gì . . . cũng . . . (b.11)	everything/ anything
già (b.10)	old
giá (b.9)	cost, price
giá cả (b.11)	prices
giám đốc (b.4)	director
giảng viên (b.4)	lecturer
giao thông (b.9)	traffic
giáo viên (b.3)	teacher
giàu (b.10)	rich
giỏi (b.5)	good, skilled
giờ (b.5)	time, hour
giới thiệu (b.4)	to introduce
giúp (b.12)	to help
góc (~ đường) (b.8)	corner
gói thuốc (b.11)	cigarette pack
gọi (b.7) gửi/gởi	to call
(b.7) Hàn Quốc	to send
(b.2) hay (b.4)	Korea
hay (b.7)	or
hãng hàng không (b.9)	intersting
hạnh phúc (b.10)	airline company
hấp muối (b.11)	happy
hẹn gặp lại (b.1)	steamed salted
hiện nay (b.4)	see you again at
hiểu (b.12)	present
học (b.3)	to understand
học bài (b.7)	to learn, to study
học sinh (b.10)	to learn a lesson
học viên (b.4)	pupil
	learner, student

hỏi (b.7)	to ask
hỏi thăm (b.8)	to address, to ask
hôm nay (b.3)	today
hôm qua (b.4)	yesterday a
hơi (b.7)	little bit
hơn (b.7)	more . . . than
hướng (b.12)	direction
hút thuốc (b.10)	to smoke
ít (b.7)	few
ít khi (b.5)	seldom, rarely
kem (b.11)	ice cream
kém (giờ ~) (b.5)	to (used in time expression)
kênh (b.6)	channel
kết thúc (b.7)	to finish, to end to
kêu/gọi (b.8)	call, to order rather,
khá (b.9)	fairly, quite far
khá xa (b.8)	away
khác (b.11)	different, other
khách (b.5)	guest, client
khách sạn (b.4)	hotel
khách sạn 5 sao (b.9)	five star hotel
khi (b.11)	when
khó (b.5)	difficult, hard
Khoa Việt Nam học (b.4)	Faculty of Vietnamese Studies
khoảng (b.7)	about
khoẻ (b.1)	to be fine, healthy
khởi hành (b.5)	to depart
không (b.1)	no, not
không . . . đâu (b.8)	not at all
không . . . gì . . . (b.11)	not at all
khuyên (b.11)	to advise
kinh tế (b.10)	economics
kỹ sư (b.3)	engineer
là (b.1)	to be
lạc đường (b.8)	to lose the way, to be lost
lái xe (b.4)	to drive
lắm (b.8)	very, so
làm/làm việc (b.3)	to do, to work
làm ơn (b.8)	please, could you
làm quen (b.10)	to make the acquaintance of somebody

làng (b.12)	village
lần (b.7)	time, turn
lập gia đình (b.10)	to get married
lâu (b.7)	a long time
lẻ (b.4)	used to indicate the second digit when it is a zero
lên xe (b.3)	to get into a car
lịch sử/sử (b.7)	history
lĩnh/lãnh (b.7)	to receive
loại (b.11)	kind
lon (b.11)	can
lớn (b.8)	big
lớn tuổi (b.10)	aged
lớn/to (b.5)	big, great
lớp (b.4)	class
lúc (b.6)	at
lúc này (b.11)	these days
lương (b.7) ly	pay, salary
(b.11) má/mẹ	glass
(b.10) mang	mother
(b.8)	to bring
mát/mát mẻ (b.12)	cool
mất (b.9)	to take (time)
máy bay (b.5)	airplane
mấy (b.4)	how many, how much
mẹ (b.7)	mother
mét (b.8)	meter
mệt (b.3)	to be tired
miền Nam (b.11)	Southern region
mình (b.8)	we
mình (b.10)	-self (a prounoun used to replace the pronoun-subject)
món ăn (b.11)	dish
món uống (b.11)	beverage
mỗi (b.9)	each, every
môn (~học) (b.12)	subject
một ít/một chút (b.4)	a little, a few
mở (b.11)	to open
mời (b.3)	to invite
mới (b.8)	new, newly, recently
mới (b.10)	just, only

mua (b.9)	to buy
mua sắm (b.10)	shopping
muốn (b.6)	to want
muộn/trễ (b.5)	late
Mỹ (b.2)	United States
nam (b.9)	south
nào (b.2)	which
nay (b.5)	this (used after a term indicating time)
này (b.7) năm	this
(b.4) năm sau	year
(b.7) nằm	next year
(b.9) nặng	to lay, to be located
(b.8)	heavy
nấu/nấu ăn (b.4)	to cook
nên (b.7)	there fore
nên (b.9)	should
nếu/nếu . . . thì . . . (b.9)	if; if . . ., then . . .
ngã ba (b.12)	T junction
ngã tư (b.8)	cross junction, cross intersection
ngàn/nghìn (b.4)	thousand
ngày (b.5) ngày	date
kia (b.6) ngày	the day after tomorrow
mai (b.5) ngân	tomorrow
hàng (b.4) nghe	bank
(b.4)	to listen to, to hear
nghèo (b.10)	poor
nghề/nghề nghiệp (b.3)	profession, occupation
nghỉ (b.5)	to take a rest
nghỉ trưa (b.5)	lunch time
ngoại ngữ (b.7)	foreign language
ngon (b.8)	delicious
ngồi (b.4)	to sit
ngủ (b.5)	to sleep
ngủ trưa (b.6)	to take afternoon naps
người (b.2)	person, people
người Anh (b.6)	English
người đàn ông (b.1)	man
người đạp xích lô (b.8)	cyclo driver
người Đức (b.2)	German
người Pháp (b.2)	French
người phụ nữ (b.1)	woman

người ta (b.12)	people
người Úc (b.2)	Australian
người yêu (b.10)	lover
nhà (b.3)	house
nhà hàng (b.4)	restaurant
nhà hát (b.8)	music theatre
nhà sách (b.8)	bookshop
nhà thờ (b.6)	church
nhà vệ sinh (b.6)	rest room, WC
nhạc (b.7)	music
nhanh (b.7)	fast, quickly
nhân viên (b.3)	employee, staff
nhân viên tiếp thị (b.3)	marketing personnel
nhận (b.7)	to receive
Nhật/Nhật Bản (b.2)	Japan
nhẹ (b.8)	light
nhiều (b.3)	many, much, a lot of
nhỏ (b.8)	small
nhớ (b.7)	to miss, to remember
như (b.9)	like
nhưng (b.5)	but full
no (b.12)	he/she
nó (b.5)	to speak, to say, to talk
nói (b.4)	to talk
nói chuyện (b.6)	hot famous
nóng (b.11)	housewife
nổi tiếng (b.11)	place
nội trợ (b.3)	more
nơi (b.8)	country, nation
nữa (b.8)	water
nước (b.2)	orange juice
nước (b.11)	lemon juice
nước cam (b.11)	coconut juice
nước chanh (b.11)	foreign
nước dừa (b.11)	soft drink, soda
nước ngoài (b.3)	mineral water
nước ngọt (b.11)	car
nước suối (b.11)	you (for sir, old man)
ô tô/xe hơi (b.9)	grandfather (paternal/
ông (b.1)	maternal)
ông (~ nội/ngoại) (b.10)	to be, to stay, at, in
ở (b.3)	

ở đây (b.7) here
phải (b.3) right
phải (b.5) must, should, to have to
phải không (b.2) is that right
Pháp (b.2) France
phía (b.8) side, direction
phim (b.5) film
phim hoạt hình (b.6) cartoon ticket
phòng bán vé (b.9) office journalist,
phóng viên (b.4) reporter
phở (b.11) Vietnamese noodle soup
phút (b.5) minute
phương tiện (b.9) means
quà (b.7) present, gift
quá (b.6) very, too
quán (b.6) shop
quán cà phê (b.11) coffee house
quận (b.4) district
quen (b.10) known, familiar
quẹo (b.12) to make a turn
quê (b.10) country side, home land
quốc tịch (b.3) nationality
ra (b.12) to go to
rảnh (b.9) free time
rất (b.5) very
rất vui được...(b.1) pleased to . . .
rẻ (b.8) cheap
rẽ/quẹo (b.8) to turn
rẽ phải (b.8) to turn right
rẽ trái (b.8) to turn left
rô ti (b.11) roasted
rồi (b.5) already
rỗi/rảnh (b.7) free, unoccupied
rời (b.12) to leave
rủ (b.7) to invite
rưỡi/rưởi (b.4) half
rượu (b.11) wine
sách (b.5) book
sang (b.6) to go, to come to
sang (b.11) luxurious
sáng (b.5) morning
sau (b.8) after, behind
sau đó (b.6) and then, after that

say (b.11) drunk
sắp (b.7) soon (refers to the near
future)
sân bay (b.3) airport
sẽ (b.7) will
sinh (b.12) to give birth to, to be
born
sinh nhật (b.9) birthday
sinh tố (b.11) fruit shake
sinh viên (b.1) student
số (b.4) number
sống (b.3) to live
sợ (b.12) to be afraid
sớm (b.5) early, soon
sử dụng (b.12) to use
sữa (b.11) milk
tại (b.5) at (home, place)
tại sao (b.5) why
tài xế/lái xe (b.3) driver
tàu/tàu thủy (b.9) ship
tắc xi (b.8) taxi
tắm (b.7) to bath/to take a bath
tập thể dục (b.6) to do physical exercise
tất cả (b.7) all of
tây (b.9) west
tây (món ăn ~) (b.11) western (~ food)
tên (b.1) name to
tham quan (b.7) visit month
tháng (b.4) December
tháng chạp (b.12) January
tháng giêng (b.7) month (next month/last
tháng (~sau/trước) (b.7) month)
city, town
thành phố (b.3) to visit
thăm (b.5) straight
thẳng (b.8) male teacher, you (for
thầy (b.1) male teacher)
to feel
thấy (b.12) according to
theo (b.9) really
thế à (b.5) world
thế giới (b.6) more
thêm (b.8)

thi (b.7)	to take an examination
thích (b.5)	to like
thiếu (b.11)	to lack
thịt (b.11)	meat
thịt bò (b.11)	beef
thịt gà (b.11)	chicken
thịt heo (b.11)	pork
thói quen (b.5)	habit
thôi (b.7)	well
thợ chụp hình (b.3)	photographer
thợ điện (b.3)	electrician
thời gian (b.5)	time
thuốc lá (b.11)	cigarette
thư (b.7)	letter
thư ký (b.3)	secretary
thử (b.11)	to try
thứ (b.7)	a word used before a number to form an ordinal number
thứ ba (b.7)	Tuesday
thứ bảy (b.7)	Saturday
thứ hai (b.7)	Monday
thứ hai (b.9)	second
thứ năm (b.7)	Thursday
thứ nhất (b.9)	first
thứ sáu (b.7)	Friday
thứ tư (b.7)	Wednesday
thức ăn (b.11)	dish, food
thức dậy (b.5)	to get up, to wake up
thức khuya (b.10)	to stay up late
thực đơn (b.11)	menu
thường (b.5)	usually, often
ti vi (b.5) tiếc	television
(b.7) tiệm ăn	to be sorry, to regret
(b.8)	restaurant
tiệm sửa xe (b.8)	car or motorbike repair station
tiền (b.7)	money
tiện lợi (b.9)	convenient
tiếng (b.3)	language
tiếng/tiếng đồng hồ (b.5)	an hour
tiếng Anh (b.4)	English
tiếng Hàn Quốc (b.4)	Korean

tiếng Nga (b.4)	Russian
tiếng Nhật (b.4)	Japanese
tiếng nước ngoài (b.6)	foreign language
tiếng Pháp (b.4)	French
tiếng Trung Quốc (b.4)	Chinese
tiếng Việt (b.3)	Vietnamese language
tin/tin tức) (b.6)	news
tỉnh (b.12)	province
tính tiền (b.11)	to calculate the bill
toán (b.12)	mathematics
tô (b.11)	big bowl
tôi (b.1)	I, me
tối (b.5)	evening
tôm nướng (b.11)	grilled shrimp
tốn tiền (b.8)	costly, to waste money
tốt (b.4)	good, well
trà (b.11)	tea
trà đá (b.11)	ice tea
trả (b.7)	to pay
trả lời (b.8)	to answer
trái (b.8)	left
trái/trái cây (b.10)	fruit
trạm xăng (b.8)	gas station
trạm xe buýt (b.8)	bus stop/ station
trăm (b.4)	hundred
trẻ (b.10)	young
trễ/muộn (b.11)	late
trên (b.12)	on
trong (b.7)	in
trong nước (b.6)	domestic, inside the country
Trung Quốc (b.2)	China
trung tâm ngoại ngữ (b.7)	foreign language center
truyền hình (b.6)	television
trưa (b.5)	noon
trước (b.8)	before, in front of
trường (b.3)	school
tuần (b.6)	week
tuần trước/tuần sau (b.7)	last week/next week
túi xách (b.8)	bag, handbag
tuổi (b.10)	age, year(s) old
tuyến (b.5)	line

từ (b.5)	from
từ . . . đến . . . (b.7)	from . . . to . . .
từ điển (b.10)	dictionary
tỷ phú (b.9)	billionaire
Úc (b.2)	Australia
uống (b.5)	to drink
ừ (b.8)	yes
ướp lạnh (b.11)	to preserve with ice
và (b.2)	and
vào (b.8)	to come in, to enter
văn học/văn (b.7)	literature
vâng (b.2)	yes
vậy (b.9)	partice placed at the end of the question to ask more about something
vé (b.9)	ticket
vé khứ hồi (b.9)	round trip ticket
vé một chiều (b.9)	one way ticket
vé nằm (b.9)	ticket for sleeping carriage
vé ngồi (b.9)	ticket for seating carriage
về (b.3)	to go home, to come back
về đến nhà (b.6)	to come back at home
về nước (b.7)	to return to ones country
vi tính/ máy vi tính (b.7)	computer
vì (b.5)	because
việc (b.7)	thing
viết (b.4)	to write
Việt/Việt Nam (b.2)	Vietnam
vợ (b.10)	wife
với (b.4)	with
vui (b.7)	merry, cheerful
xa (b.8)	far
xe (b.8)	car, vehicle
xe đạp (b.9)	bicycle
xe điện/tàu điện (b.9)	electric train, tram
xe khách/xe đò (b.9)	intercities bus
xe hơi/xe ô tô (b.3)	car train
xe lửa/tàu hỏa (b.5)	motorcycle
xe máy (b.9)	to watch
xem (b.5)	cyclo, pedicab
xích lô/xe xích lô (b.8)	
xin (b.4)	please
xin lỗi (b.1)	excuse-me
xong (b.11)	finish
xuống (b.10)	down
xúp (b.11)	soup
xúp cua (b.11)	crab soup
y tá (b.3)	nurse
yên tĩnh (b.12)	be quiet